சுராவின்

வெற்றி என் கைகளிலே...

மாணாக்கரின் வெற்றிக் கையேடு

(9 முதல் 12-ஆம் வகுப்பு மாணாக்கருக்கும், பெற்றோருக்கும்)

எழுதி வழங்கியவர்:

முனைவர் வரத. நடராஜன்,

M.A., M.Ed., CMEd.(UK), AICWA, Ph.D.

சுரா பதிப்பகம்

சுரா பதிப்பகம்

(An imprint of Sura College of Competition)

சென்னை

VETRI ENN KAIGALILE...
(Success in My Hands)
By
Dr. V. Natarajan, M.A., M.Ed., CMEd.(UK), AICWA, Ph.D.
© வெளியீட்டாளர்கள்

இந்தப் பதிப்பு : மார்ச், 2023
அளவு : 1/8 டெமி
பக்கங்கள் : 128

குறியீட்டு எண் : W 175
ISBN: 81-7478-552-3

(வெளியீட்டாளர்களின் எழுத்து மூலமான அனுமதி இன்றி இப்புத்தகத்தை மறுபதிப்புச் செய்யவோ, வேறு மொழிகளில் மொழிபெயர்க்கவோ, அச்சடிக்கவோ, போட்டோகாபி செய்யவோ கூடாது)

சுரா பதிப்பகம்
[An imprint of Sura College of Competition]

தலைமை அலுவலகம்: 1620, 'ஜே' பிளாக், 16-ஆவது பிரதான சாலை, அண்ணா நகர், சென்னை-600 040.
☎ 91-44-48629977, 42043273

பத்மாவதி ஆப்செட், சென்னை-600 032-இல் அச்சடிக்கப்பட்டு,
சுரா பதிப்பகத்திற்காக [An imprint of Sura College of Competition],
1620, 'ஜே' பிளாக், 16-வது பிரதான சாலை, அண்ணா நகர், சென்னை – 600 040 இல்
திரு. வீ.வீ.கே. சுப்புராசு அவர்களால் வெளியிடப்பட்டது.
தொலைபேசி எண்: 91-44-48629977
email: enquiry@surabooks.com; suracollege@gmail.com;
website: www.surabooks.com

பொருளடக்கம்

பக்கம்

1. வாழ்க்கை வெற்றியின் நுழைவாயிலே திறந்திடுக! 1
2. உள்ளுவதெல்லாம் உயர்வுள்ளல்; வானமே எல்லை 10
3. வலிமைமிகு உடலினை வளர்த்திடுங்கள்! 23
4. மனத் திறன்களை மலரச்செய்யுங்கள் 46
5. ஆன்ம ஆற்றல்களை ஆக்கமுறச் செய்யுங்கள்! 66
6. சமூகத் தொடர்புகளை சாலப்பெருக்குங்கள்! 75
7. காலமேலாண்மையைக் கச்சிதமாய்த் திட்டமிடுங்கள் 89
8. தேர்வில் திறம்படத் தேர்ச்சி பெறுங்கள் 99

வெற்றி என் கைகளிலே...

1

வாழ்க்கை வெற்றியின் நுழைவாயிலே திறந்திடுக!

"சோம்பித் துருப்பிடித்துப்போவதைவிட,
உழைத்துத் தேய்ந்து போவது மேல்"
– ரிச்சர்டு கம்பர்லேண்ட்

1.1. இக்கையேட்டின் தேவை

'இக்கையேட்டினை நான் ஏன் படிக்க வேண்டும்?'

உங்கள் இதயத்தில் எழும் முதல் கேள்வி இதுவாக இருக்கலாம். உங்களை நான் ஒன்று கேட்க விரும்புகிறேன்.

'மகிழ்ச்சியுடனும் செல்வத்துடனும் பேர், புகழுடனும் வாழ நீங்கள் ஆசைப்படவில்லையா?'

உடனே நீங்கள் கூற விரும்பும் பதில்:

'ஆமாம், ஆசைப்படுகிறேன். பணம், புகழ், பொருளுக்கு ஆசைப்படாமல் இருக்க முடியுமா?'

'நீங்கள் சொல்வது உண்மையே! எல்லா உயிர்களும் மகிழ்ச்சியுடன் வாழவே விரும்புகின்றன.'

'எந்த ஒரு முயற்சியுமின்றி எப்போதும் மகிழ்ச்சியாய் இருக்க முடியுமா?'

நிச்சயம் முடியாது! சிந்திக்கும் ஆறாம் அறிவற்ற உயிரினங்கள் கூட மகிழ்ச்சியாயிருக்க உழைக்கின்றன.

- தேனீக்கள் சுறுசுறுப்பாய் தேனைத் தேடிச் சேர்க்கின்றன.
- எதிர்வரும் மழை, குளிர் காலத்தில் மகிழ்ச்சியாய் இருக்க, எறும்புகள் ஒன்று சேர்ந்து உணவைச் சேமிக்கின்றன.
- குளவி, முட்டையிடுகின்றபோது, வெளிவரவிருக்கும் குட்டிக் குளவிக்கான உணவையும் சேர்த்து வைத்து கூட்டினை மூடி வைக்கும், என்பது உங்களுக்குத் தெரியுமா ?
- தூக்கணாங்குருவிகள், என்ன அற்புதமான கூடுகளைக் கட்டுகின்றன !

இவ்வுயிரினங்களை விடச் சிறப்பாக, ஆறாம் பகுத்தறிவுடன் ஆண்டவர் நம்மைப் படைத்துள்ளார்.

நம்முடைய மகிழ்ச்சி, செல்வம், புகழுக்காக நாம் சிறந்த முறையில் திட்டமிட்டு உழைக்க வேண்டாமா ?

'மனிதன் உழைக்கப் பிறந்துள்ளான்;
பறவை பறக்கப் பிறந்துள்ளது'
- (பழைய ஏற்பாடு: ஜாப் புத்தகம் 5:7)

வள்ளுவப் பெருந்தகை, மனிதன் சாதனை நாயகன் ஆகவேண்டு மென்பதை எத்தனை அழகாய்க் கூறுகின்றார்.

தோன்றின் புகழொடு தோன்றுக அஃதிலார்
தோன்றலின் தோன்றாமை நன்று. - குறள் 236

எனவே, நமக்கென்று உயர்ந்த குறிக்கோள்களை அமைத்துக் கொண்டு, அவற்றைச் சாதிக்க உழைக்க வேண்டியது நம் கடமையாகும்.

1.2. மகிழ்ச்சியும், தொழிலும்

உலகநடைமுறையைப் பார்க்கும்போது ஒவ்வொருவரும் மகிழ்ச்சியாக இருக்க பணம், புகழைச் சேர்க்க வேண்டும். பொருள் ஈட்டி வாழ்க்கையில் முன்னேறத் தொழில் தேவை. உங்கள் தொழில், ஒரு வணிகமாகவோ, தொழில்நுட்பம் சார்ந்த அல்லது சாராத தொழிலாகவும் இருக்கலாம்.

நீங்கள் ஒரு நல்ல மருத்துவராக, திறமை மிக்க பொறியாளராக, பேராற்றலுடைய பேராசிரியராக, வியத்தகு விஞ்ஞானியாக ஆகவேண்டுமென்று விரும்பி உங்கள் பெற்றோர்கள் கனவு கண்டுகொண்டிருக்கலாம்.

இதுவரை நீங்கள், உங்கள் எதிர்காலத்தைப் பற்றியும், தொழில் பற்றியும் சிந்திக்காமல் இருக்கலாம்.

உங்களுக்கு மகிழ்ச்சியைத்தரக்கூடிய எதிர்காலத் தொழிலைப் பற்றிச் சிந்தித்து, ஆராய்ந்து முடிவெடுக்க வேண்டிய தக்க தருணம் வந்து விட்டது. (9 முதல் 12-ஆம் வகுப்புகளில் படிக்கும் காலம் ஏற்றது).

'நாம் எவ்வளவு உயர்ந்தவர்கள் என்பது நாம் முயற்சி செய்கின்றவரையில் தெரியாது'.

இது எமிலி டிக்கின்சனின் அருமையான கருத்து.

உங்களுக்கு உகந்த ஒரு தொழிலைத் தெரிந்தெடுத்து, அதற்காக உண்மையாகப் பாடுபடும்போதுான், உங்கள் உயர்ந்த திறமைகள் உன்னதமாக வெளிப்படும்.

பொதுவாக மாணாக்கரை, 'நீங்கள் என்ன தொழிலை மெற்கொள்வீர்கள் ?' என்று கேட்டால், அவர்கள் எதையும் தீர்மானமாகச் சொல்ல முடிவதில்லை.

அவர்களின் பெற்றோர்களோ, நண்பர்களோ விரும்புவதினால், மருத்துவராகவோ, பொறியாளராகவோ வர விரும்புவதாக அவர்கள் சொல்வார்கள். இது முன்னேற்றத்திற்கு உதவாது !

உங்கள் *திறமைகள் மற்றும் நாட்டத்தின் அடிப்படையில்*, நீங்கள் மருத்துவராகவோ, பொறியாளராகவோ, கலைஞராகவோ, பாடகராகவோ, விஞ்ஞானியாகவோ, பேராசிரியராகவோ, வேறு தொழிலதிபராகவோ ஆகவேண்டுமென்ற நோக்கம், ஆர்வம், கொழுந்துவிட்டெறியும் ஆசை, உங்களிடம் இருக்க வேண்டும்.

ஒரு தொழிலில், வேலையில், செயலில் உங்களுக்கு இயற்கையாக எழும் ஆர்வமே **நாட்டம்** எனப்படும்.

உங்கள் நாட்டமும், முயற்சியும் இணைந்து செயல்படும்போது, விரும்பிய வாழ்க்கையையும், மகிழ்ச்சியையும் அடைவதில் வெற்றி பெறுவீர்கள். நீங்கள் மனமாரத் தெரிந்தெடுத்த தொழிலில், கடுமையாக உழைக்கும்போது, பொருள், புகழ், மகிழ்ச்சி ஆகியவற்றைப் பெறுவீர்கள்.

1.3. முரண்படும் நோக்கங்கள்

உங்கள் நோக்கமும், பெற்றோர்களின் விருப்பமும் ஒன்றாக இருக்கும்போது சிக்கல் ஏதும் இல்லை.

அதற்காக நீங்கள் உடனே திட்டமிடத் தொடங்குங்கள்.

இரண்டும் ஒன்றாக இல்லாதபோது, முரண்படுகின்றபோது, நீங்கள் இரு தொழில்களையும் மேற்கொள்வதற்கான ஆயத்தம் செய்ய வேண்டும்.

நீங்கள் 11-ஆம் வகுப்பு போகும்போது, இவ்விரண்டில் ஒன்றை முடிவு செய்து கொள்ளலாம்.

எடுத்துக்காட்டாக, நீங்கள் பொறியாளராக ஆக விரும்பும்போது, பெற்றோர் மருத்துவராக ஆகவேண்டும் எனக் கருதினால், நீங்கள் இரண்டிற்கும் ஆயத்தமாக வேண்டும். அஃதாவது, நீங்கள் கணக்கு, இயற்பியல், வேதியல், தாவரவியல், விலங்கியல் சேர்ந்த உயிரியல் ஆகியவற்றில் நன்கு கவனம் செலுத்த வேண்டும். மருத்துவராவதற்கு உயிரியல் பாடத்தில் நல்ல தேர்ச்சி வேண்டுமல்லவா ?

நீங்களும், பெற்றோரும் பொறியியலே விரும்பும்போது, உயிரியல் பாடத்தின்மீது அதிக கவனம் செலுத்தவேண்டியதில்லை; என்றாலும், பத்தாம் வகுப்பு வரை, அதிக மொத்த மதிப்பெண் பெற நன்கு படிக்க வேண்டும். 11-ஆம் வகுப்பு வரும்போது, உயிரியல் பிரிவில் சேராமல் இருந்துவிடலாம். *நீங்கள் ஒரு தீர்மானமாக இல்லை எனில், உயிரியலும் சேர்ந்த பிரிவே சிறந்தது,*

உங்கள் பெற்றோர் பொறியாளராக ஆகவேண்டும் என்று விரும்பும்போது, நீங்கள் ஒரு பத்திரிகையாளராக (Journalist) ஆக விரும்பினால் கணிதம், இயற்பியல், வேதியல் பாடங்களோடு, மொழிப்பாடங்களிலும் (ஆங்கிலம் மற்றும் வட்டார மொழி) கவனம் செலுத்த வேண்டும். பத்திரிகையாளராக ஆவதற்கு மொழித்திறன் அவசியம்.

பத்தாம் வகுப்பு தேர்ச்சி பெற்ற பிறகு அப்போதைய *உங்கள் திறமை மற்றும் நாட்டத்தின் அடிப்படையில் நல்ல முடிவெடுக்கலாம்.* நீங்களும், பெற்றோரும் மனம் திறந்து, விவாதித்து உங்கள் எதிர்காலப் படிப்பு, தொழில் பற்றி முடிவெடுக்க வேண்டும். நல்ல ஆசிரியரையும், நண்பர்களையும் கூடக் கேட்டறியலாம். இறுதியாக பத்திரிகையாளராக ஆவது என்று முடிவெடுத்தால் மேல்நிலையில், உயர் நிலைச் சிறப்பு மொழிப் பாடத்தை (Advanced Language) மேற்கொண்டு, நன்கு படிக்க வேண்டியது அவசியம்.

இக்கையேட்டின் ஒன்பதாம் பகுதியில், உங்களுக்குரிய உயர்கல்வி / தொழிலைத் தெரிந்தெடுக்க உதவும் வகையில், அதன் பெருவாரியான வாய்ப்புகள் பற்றிய சுருக்கம் வழங்கப்பட்டுள்ளது.

1.4. குரங்காட்டம் வேண்டாம்

பொதுப்படிப்பு, விளையாட்டு, கலை, மொழி என்று பல துறைகளில் உங்களுக்கு திறமையும் ஆர்வமும் இருக்கலாம். இது வரவேற்கத்தக்கது

எனினும், வகுப்பும், வயதும் உயரும்போது, நீங்கள் மிகச்சிறந்த ஒரு துறையில் மட்டுமே தொடர்ந்து, முழு மூச்சுடனும் கவனம் செலுத்த வேண்டும்.

வளரும் நிலையில், நீங்கள் ஒரு துறையிலிருந்து வேறு பல துறைகளுக்கு மாறி மாறி தாவிக்குதிப்பீர்களானால் உங்கள் திறமையும், வருமானமும் அதிக வளர்ச்சி பெறாது. எல்லாவற்றிலும் ஓரளவு திறன் இருக்கும். ஆனால் ஒன்றிலும் வெற்றிக்கு அடிப்படையான முழுமைத்திறனைப் பெறமாட்டீர்கள். **'பலமரம் கண்ட தச்சன் ஒரு மரமும் வெட்டான்'** என்பது பழமொழி. மேலும் 'ஒரே சமயத்தில் இரண்டு முயல்களைப்பிடிக்க முயன்றால் இரண்டுமே தப்பியோடி விடும்' என்பதை நினைவில் கொள்க.

காலமெல்லாம் தாவித்தாவி பல துறைகளில் பலர் ஈடுபட்டதால், மிகச் சிறந்த திறமை மிக்கவர்கள் கூட வாழ்க்கையில் முன்னேறாமல் முடங்கிக் கிடக்கிறார்கள். குறைந்த திறன் உடையவர்கள் கூட, ஒரே துறையில் முழுவீச்சில் கவனம் செலுத்தி, மிக உயர்ந்த நிலைக்குச் சென்று, அதிக பணம் ஈட்டியவர்கள் தான் பலர் ஆவர்.

உங்களுக்கு, ஒரே சமமான ஆர்வம் இரு துறைகளில் இருப்பின், எதற்கு வெளி உலகில் அதிக செல்வாக்கும், வருவாயும் உள்ளதோ, அதனைப் பின்பற்றவும், மற்ற துறையைத் தேவைப்படும்போது பயன்படுத்திக் கொள்ளலாம். முடிந்தவரையில் தாவிப்போவதைத் தவிர்க்கவும். ஏனெனில் அது உங்கள் கவனிப்புக்காலத்தையும், திறமையையும் குறைத்து விடும்.

ஒரு குறிப்பிட்ட துறையில், பதவி உயர்வு அல்லது அதிகச் சம்பளம் பெறுவதற்காக, ஒரு நிறுவனத்திலிருந்து வெவ்வேறு நிறுவனத்திற்கு மாறிச்செல்லலாம். நிறுவனங்கள் நிலைத்து நிற்கும் வலிமை கொண்டவைகளாக இருக்க வேண்டும்.

1.5. கடந்த காலமும் நிகழ் காலமும்

நீங்கள், 'இதுவரை (எட்டாம் வகுப்பு வரை) பாடத்தில் அதிக கவனம் செலுத்தாமல் புறக்கணித்தோமே' என்று வருத்தப்படலாம்.

பரவாயில்லை! கவலைப்பட வேண்டாம். நீங்கள் ஃபீனிக்ஸ் என்ற ஆதிகாலப் பறவையைப் பற்றிக் கேள்விப்பட்டிருப்பீர்கள். எரிக்கப்பட்டபோதும், சாம்பலிலிருந்து புதுப் பொலிவுடன் உயிர்த்தெழுமாம். நீங்கள் பிரச்சினைகளையும், துன்பங்களையும் அனுபவிக்க நேரிடும்போது, மனம் தளராது, தைரியம் கொள்வதற்கு இஃது ஒரு சிறந்த உதாரணம்.

ஜப்பானைப் பாருங்கள் ! அணுகுண்டால் தாக்கப்பட்டபோது இனி எப்போதும் அது தலையெடுக்க முடியாது, அழிந்துவிட்டது என்று எண்ணினார்கள். ஆனால், அது ஃபீனிக்ஸ் பறவையைப் போன்று உயிர்த்தெழுந்து எல்லாத் துறைகளிலும், அமெரிக்கா போன்ற வளர்ந்த நாடுகளுக்கும் மேலாக உயர்ந்து வருகின்றது. பல துறைகளில் முதன்மை இடத்தையும் பிடித்து வருகின்றது. இது எப்படி முடிந்தது. அதனுடைய தொடர் முயற்சி, கடின உழைப்பு, மனஉறுதியே காரணம்.

துன்பம் நேர்கையில் பகவத் கீதையை நினைவு கூருங்கள்.

'எது நடந்ததோ, அது நன்றாகவே நடந்தது.
எது நடக்கிறதோ அது நன்றாகவே நடக்கிறது.
எது நடக்குமோ, அதுவும் நன்றாகவே நடக்கும்'

'நடப்பதெல்லாம் நன்மைக்கே' என்று உறுதியாக, திடமாக நம்புங்கள். ஆனால், படிக்காமல் புறக்கணிக்கும் தவற்றை மீண்டும் மீண்டும் செய்யக் கூடாது. உங்களால் முடிந்த அனைத்து முயற்சிகளையும் செய்யுங்கள். முடிவை இறைவனிடத்தில் விட்டுவிடுங்கள். நீங்கள் இயற்கையின் முடிவு அல்லது விதி என்று எண்ணினாலும் சரி. 'மனிதன் முயல்கின்றான்; மகேசன் முடிக்கின்றான்'. எனவே, இப்பொழுதிலிருந்தாவது, இந்நூலில் கூறியுள்ளபடி, திட்டமிட்டு கவனித்துப் படித்து வாழ்க்கையில் வெற்றி பெறுவீர்களாக!

1.6. முக்கியக் காலகட்டம்

நீங்கள் இப்போது 9ஆம் வகுப்பில் இருந்தால், இரண்டு ஆண்டுகள் நீங்கள் திட்டமிட்டு நன்கு படித்து, பத்தாம் வகுப்பில் நல்ல மதிப்பெண்களுடன் தேர்ச்சி பெறலாம். நீங்கள் விரும்பும் பாடப் பிரிவு (Group), 11ஆம் வகுப்பில் கிடைக்க வேண்டுமென்றால் பத்தாம் வகுப்பில் மிக அதிக மதிப்பெண்கள் பெறவேண்டும் என்பதை உணருங்கள்.

நீங்கள் இப்போது 11ஆம் வகுப்பில் உள்ளீர்கள் என்றால் 12ஆம் இறுதித்தேர்வு எழுதவுள்ள இரண்டாண்டு காலத்தை முழுமையாக நன்கு பயன்படுத்திக்கொண்டு மிக அதிக மதிப்பெண்கள் எடுக்க முயற்சி செய்யுங்கள். தொழிற்கல்வியில் சேர்வதற்கு, இந்த மதிப்பெண்களே கணக்கில் எடுக்கப்படுகின்றன. நன்றாகப் படித்திருந்தால் நுழைவுத் தேர்விலும் சிறப்பாக எழுதலாம். எனவே பின்வரும் பகுதிகளில் கூறப்பட்டுள்ள நெறிமுறைகளைப் பின்பற்றி 10, 12ஆம் வகுப்பு இறுதித் தேர்வுகளில் உயர்ந்தபட்ச மதிப்பெண் பெற முயல்க. உங்கள் விலைமதிப்பற்ற பொன்னான காலத்தை இப்போது வீணாக்கிவிட்டுப் பின்னர் எவ்வளவு புலம்பியும் பயன் கிடைக்காது. 'காற்றுள்ளபோதே தூற்றிக் கொள்க!'

1.7. நிகழ்காலமும், வருங்காலமும்

'எதிலும் வெற்றிபெற முன் ஆயத்தம் தேவை,
முன் ஆயத்தம் இன்றேல் தோல்வி நிச்சயம்'

- கன்ஃப்யூஷியஸ்

உங்களுடைய எதிர்காலத்திற்குத் தேவையான முன் ஆயத்தங்களை முழு ஈடுபாடுடன் செய்யவில்லை எனில் இருண்ட எதிர்காலம் வருத்தத்தைத் தரும்.

என் அருமை நண்பரே! நீங்கள் இருக்கும் இம்முக்கிய காலகட்டத்தில் இதுபோன்ற அறிவுரைகளை ஏற்காத மாணாக்கர்கள், இப்போது அழுது புலம்பிக்கொண்டிருக்கிறார்கள்.

இப்படிச் சிலர் எந்தவிதத் தொழிலிலும் ஈடுபாடின்றி, குடும்பத்தாலும் நண்பர்களாலும், சமூகத்தாலும் புறக்கணிக்கப்பட்டுள்ளனர். சரியான நேரத்தில் உழைக்காமல் இப்போது மனம் நொந்து வருந்திப் பயன் என்ன ?

'காலமும், கடலலையும் யாருக்காகவும் காத்திரா'

நீங்கள் இந்த வகையினர் இல்லை. இந்நூலை வாங்கி, ஆர்வமுடன் படித்துச் செயல்படத் துடிப்பதே, நீங்கள் அந்த வகையினர் இல்லை என்பதற்குச் சான்று! *நீங்கள் சாதிக்கப் பிறந்தவர்கள்! உங்கள் முயற்சியைத் தொடருங்கள்!*

1.8. வெற்றிபெற்று சாதிப்பது எப்படி?

- *உங்களால் சாதிக்க முடியும் என்று உறுதியாக நம்பினால் நீங்கள் வெற்றி பெறுவது நிச்சயம்!*
- *நீங்கள் அடிமைப்பட்டு அலறும் ஆடு இல்லை; சீர்மிகு தலைமை ஏற்கும் தகுதிபடைத்த சிங்கம்!*
- *பிரச்சினைகளை சவால்களாக மேற்கொள்ளுங்கள்; சவால்களை வாய்ப்புகளாக்கி சாதனை படையுங்கள்;*
- *உங்களிடம் எல்லையற்ற சக்தி உள்ளது; அதனை வெளிக்கொணர்ந்து, உங்கள் அளப்பரிய ஆற்றலைப் பெறுங்கள்!*
- *தோல்விகளை உங்கள் வெற்றிக்குரிய படிக்கட்டுக்களாக மாற்றிக் கொள்ளுங்கள்!*
- *ஆரம்பத்தில் அனைத்துச் சாதனையாளர்களும் உங்களைப் போன்றுதான் இருந்தார்கள்!*

சுராவின் ❈ வெற்றி என் கைகளிலே...

- உங்கள் சாதனைக் குறிக்கோளுக்கு வானமே எல்லையாகட்டும்!
- நீங்கள் எப்படி ஆக வேண்டுமென்று விரும்புகிறீர்களோ அப்படி ஒரு சாதனையாளரை எப்போதும் மனதில் நிறுத்தி வையுங்கள்!
- நீங்கள் விரும்பும் சாதனைகளைக் கண்முன் நிறுத்தி நாள்தோறும் உள்ளத்திற்கு வலிமையையும் பொலிவையும் ஊட்டுங்கள்!
- உங்கள் திட்டங்கள் அனைத்தையும் நிறைவேற்ற எப்போதும் நிகழ்காலத்திலேயே செயல்பட்டு முன்னேறுங்கள்!
- கடந்தகாலம், ஓர் உடைந்த பானை, எதிர்காலம், எப்படியும் தாவும் மதில்மேல் பூனை! நிகழ்காலமே நீங்கள் மீட்டிமகிழத்தக்க வீணை!
- ஒவ்வொரு நொடியையும் முன்னேற்றத்திற்காகப் பயன்படுத்துங்கள்!
- நல்லதையே நினையுங்கள்! நன்மையாகவே முடியுமென நம்புக, சாதனை படைக்க உறுதியான நம்பிக்கை கொள்க!
- 'மேதைத்தன்மை என்பது, ஒரு சதவீதம் உள்ளுணர்வு, தொண்ணூற்றொன்பது சதவீதம் கடின உழைப்பு கொண்டது' என்று உணர்ந்து, அயராமல் பாடுபடுக!
- உங்கள் மறைந்துகிடக்கும் ஆற்றலுக்கு எல்லையே இல்லை. அவற்றை முயன்று வெளிக்கொணர்ந்து வெற்றிகொள்க!
- உங்கள் முழுத்திறமைகளை உணர்ந்து உங்களுக்கு உகந்த பாடத்தினையும், தொழிலையும் மேற்கொண்டு மேன்மேல் உயர்க!
- மனதில் எழும் முட்டுக்கட்டைகளை முறித்தெறிக!
- முன்னேற்றத்தை நோக்கி, முடிந்த முடிவுடன் முன்னேறுக! மாபெரும் மலைகூட உங்களைத் தடுக்க முடியாது.

இவற்றையும், இதுபோன்ற மனோசக்தியைப் பெருக்கும் 'மந்திரங்களையும்' இரவு படுக்கப்போகுமுன்னும், காலைப் பிரார்த்தனைக்குப் பின்னும், மனம் ஊன்றிப் படியுங்கள்!

உங்கள் எண்ணங்கள் எப்போதும், 'என்னால் முடியும்' என்றே இருக்கட்டும்; ஏனெனில், எண்ணங்களே, செயலுக்கு அடிப்படை. வள்ளுவர் குறளை மனத்தில் நிலைநிறுத்துக.

'எண்ணிய எண்ணியாங்கு எய்துப எண்ணியார்
திண்ணிய ராகப் பெறின்'   - குறள் 6(?)

இலத்தீன் பழமொழியை நினைவு கூர்க!

'முன்னேற்றம் இல்லையெனில் பின்னேற்றமே' ஆம்! முன்னேறாமல் தயங்கி நிற்கும் ஒவ்வொரு கணமும் நீங்கள் பின்னடைவீர்கள். மன உறுதியுடன் முன்னேறுங்கள்! வென்று சாதியுங்கள்!

சில முக்கிய கருத்துகள், இருவேறு பிரிவுகளில் அந்தச் சூழ்நிலையில் அக்கருத்தின் அவசியத்தை வலியுறுத்துவதற்காகக் கூறப்பட்டிருக்கும். இவற்றை நன்கு பயின்று, பயன்படுத்தி, முன்னேறுங்கள்.

2

உள்ளுவதெல்லாம் உயர்வுள்ளல்; வானமே எல்லை

உயர்ந்து செல்மின்! ஏன்? உங்கள் ஆன்மாவில்
விண்மீன்கள் ஆழ்ந்து மறைந்துள்ளன.
ஆழ்ந்து கனவு காண்மின்! ஏன்? ஒவ்வொரு கனவும்
சாதனைக்கு முன்னோடியாகின்றது

– பி.வி. ஸ்டார்

2.1. ஏன்?

எந்த ஓர் இலக்குமின்றி, கொந்தளிக்கும் கடலில் செல்லும் கப்பலின் கதி என்னவாகும்? முட்டிமோதி முறிந்து அழியும் அல்லவா? அது மிக ஆபத்தானது!

எங்கு செல்ல வேண்டும் என்று அறியாமல் விண்ணில் பறக்கும் விண்ணூர்தியின் நிலை என்ன? மேலும் ஆபத்தானது.

'நோக்கமும் குறிக்கோளும் இல்லாத வாழ்க்கை, திசைகாட்டி இன்றி நடுக்கடலில் அலைமோதும் கப்பலுக்குச் சமம்' - ***ரூஸ்வெல்ட்***

எனவே, நம் வாழ்க்கையில் நோக்கம், குறிக்கோள் இல்லையெனில் வாழ்க்கை அழிந்தொழியும்.

பெரும்பாலான நம் மாணாக்க நண்பர்கள், வாழ்க்கையில் குறிக்கோள் ஏதுமின்றியே படிக்கின்றனர். காலத்தைக் கடத்துகின்றனர் என்பது வருந்தத்தக்கதாகும்.

அலைமோதும் ஆழ்கடலில் எங்கு போகப்போகிறீர்கள் என்று திட்டவட்டமாகத் தெரிந்திருக்க வேண்டும்.

நீங்கள் என்ன வேலை அல்லது தொழில் மேற்கொள்ளப்போகின்றீர்கள்? மருத்துவர், பொறியாளர், அலுவலர், ஐ.ஏ.எஸ்., ஐ.பி.எஸ். போன்ற அதிகாரி, நுண் கலை வல்லுநர், விஞ்ஞானி, வணிகர், தொழிலதிபர் - இவர்களில் யாராக நீங்கள் ஆக விரும்புகிறீர்கள்?

ஜான்சன் கூறினார்: *'வாழ்க்கையின் நோக்கம் முன்னேறுவதே'.* முன்னேற உடனே முயலுங்கள்!

2.2. குறிக்கோளை நிர்ணயித்து, அதனை நோக்கிச் செல்க!

இப்பொழுதாவது, நீங்கள் வாழ்க்கைக் குறிக்கோளை நிர்ணயித்துக் கொள்ளாவிட்டால், குறிப்பிட்ட முன்னேற்றமும், நன்மையும் இன்றி, உங்கள் பொன்னான காலத்தையும், சக்தியையும் வீணாக்கிக் கொண்டிருப்பீர்கள்.

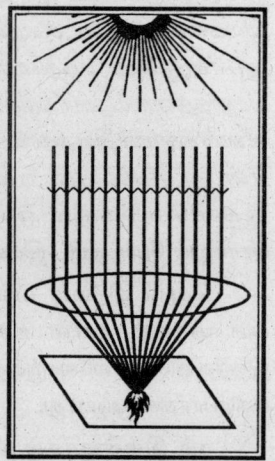

சிதறிய நிலையில் ஒளிக்கற்றைகள் எந்தப் பயனையும் தராது. ஆனால், சூரிய ஒளிக்கதிர்களை ஒரு குவிலென்சின் மூலம் ஒருங்கிணையச் செய்தால், அது, தாள் (அ) பஞ்சை எரியச் செய்யும் சக்தி பெறுகின்றது. ஏன் ? எப்படி ? ஒளிக்கதிர்கள் ஒருமுகப்படுத்தப் பட்டதால் ஏற்பட்ட சக்தியின் அதிசயம் இது !

என் இனிய நண்பர்களே ! *உங்கள் சக்தியையும் வாழ்க்கைக் குறிக்கோள் என்னும் குவிலென்ஸ் வழி முயற்சியையும் ஒருமுகப்படுத்தி முனைப்புடன் செயல்பட்டு, பேராற்றலைப் பெற்றிடுங்கள்.*

குறிபார்த்துச் சுடுதல்:

துப்பாக்கிச் சுடுதல் அல்லது அம்பு எய்தல் போட்டியில் கலந்து கொண்டால் நடுக்குறியை நோக்கிச் சுட வேண்டும் அல்லது அம்பைச் செலுத்த வேண்டும். நடுக்குறி (அ) இலக்கு (Target) எட்ட வேண்டிய குறியளவை அல்லது துல்லியத்தை குறிக்கின்றது. அதுபோன்று, உங்கள் வாழ்க்கைக் குறியளவு, எந்த அளவுக்கு நீங்கள் ஒருமுனைப்புடன் செயல்பட்டுச் சாதிக்க வேண்டும் என்பதை நிர்ணயிக்கும். வாழ்க்கையிலும் ஒரு துல்லியமான குறிக்கோளை *அமைத்துக்கொண்டு, சக்தி மற்றும் முயற்சியை ஒருங்கிணைத்து, அதைச் சாதிக்க வேண்டும்.*

வாழ்க்கை விளையாட்டிலும் நீங்கள் எதிர்கொள்ள வேண்டிய சவால்களும், வாய்ப்புகளும் உண்டு.

மக்கள் தொகைக்கணக்கில், ***குடியரசு நாடுகளில்,*** நாம் முதலாமிடத்தில் உள்ளோம். என்றாலும் தொழில் வளர்ச்சியிலோ, பொருளாதார முன்னேற்றத்திலோ, நாம் முதலிடத்தில் இல்லை! ஏன் ?

மக்கள் தொகையை இந்நாளில் மனித வளமாகக் கருதுகின்றனர். நன்கு பயன்படுத்தக்கூடிய ஒரு சொத்து அது. நம் இளைஞர்களும் மாணாக்கரும், இலக்கையும், இலட்சியத்தையும் கொண்டு நோக்கமுடன் செயல்பட்டால், அவர்களுடைய சக்தியையும், முயற்சியையும் நல்ல ஆக்கச் செயல்களில் செலுத்தினால், அவர்களுடைய திறமைகளை எதிர்மறை அழிவுச் செயல்களில் வீணாக்காமல் இருந்தால், இந்தியா பல துறைகளில், முதலிடத்தைப் பிடிக்கும் என்பது திண்ணம். எல்லாக் குடிமக்களும், அவர்தம் முயற்சிகளை ஆக்கச்செயல்களில், ஒருங்கிணைத்துச் செயல்பட்டால், இந்தியாவுடன் யாராலும் போட்டியிட இயலாது.

செயல் திறனை விரைவுபடுத்தவும், வேலையில் ஏற்படும் சலிப்பைக் குறைக்கவும், நவீன உலகில் கணினிகள் பயன்படுத்தப்படுகின்றன. இந்நிலையில் எல்லோருக்கும் அரசு வேலை (அ) தொழில் கிடைக்கும் என்று எதிர்பார்க்க முடியாது.

நம் இளைஞர்கள் சிந்தித்துச் செயல்பட்டால், அவர்கள் சுயமாகத் தொழில்புரிய, வியத்தகு புதிய முறைகளையும், செய்முறைகளையும், பொருள்களையும், வேலை வாய்ப்புகளையும் கண்டுபிடிக்க முடியும். நாளுக்கு நாள், உலகில் பற்றாக்குறையும், தேவைகளும் அதிகமாகிக்கொண்டே வருகிறது; இவற்றை வழங்க பல சுயவேலை வாய்ப்புகளை உருவாக்க முடியும். பேரறிவு பெற்ற மாணாக்கர், புதுமைகள் காணும் தொழிலபர்களாக ஆக முயல வேண்டும்.

அன்பு நண்பர்களே! ஒரு சிறந்த இலக்கை நிர்ணயித்துக்கொண்டு அதை நோக்கிச் செயல்பட்டுச் சாதிக்கின்றபோது, உங்களுக்குப் பணம், தன்மதிப்பு, மகிழ்ச்சிஅனைத்தும் கிடைக்கும். உங்கள் குடும்பம் வளம் பெறும், நாடு விரைந்து முன்னேறும்.

2.3. செயல்படவேண்டியபோது செயல்படுக!

இதைக் கூறிய உடனே, உங்களை எல்லாம் முற்றும் துறவியாகவோ, ஞானியாகவோ, முனிவராகவோ மாற்றப்போவதாகக் கருதவேண்டாம். அப்படி இல்லை என்றாலும் நீங்கள், "இந்த இளம் வயதில் நாங்கள் வாழ்க்கையை அனுபவிக்காமல், எப்போது மகிழ்ச்சியாய் இருப்பது?" என்று உடனே மறுப்பு தெரிவிக்கலாம்.

உண்மைதான். இந்த வயதில், நிலையில் நீங்கள் கட்டாயம் மகிழ்ச்சியாக வாழ வேண்டும்.

சோம்பேறித்தனமான, செயல்படாத வாழ்க்கை மகிழ்ச்சியான வாழ்க்கை இல்லை என்பதைப் புரிந்து கொள்ளுங்கள். கெட்ட பழக்கங்களுக்கு

அடிமையாகி, மெதுவாக உங்களையே அழித்துக் கொள்வது மகிழ்ச்சியான வாழ்வு இல்லை!

என்னுடைய கருத்துரை இதுதான்: *நீங்கள் துல்லியமான இலக்குகளை வகுத்துக்கொண்டு, திட்டமிட்ட, நோக்கமுடைய வாழ்க்கையை மேற்கொண்டால், ஆக்கமுள்ள வெற்றிதரும் செயல்களில் உங்கள் ஆற்றல்களையெல்லாம் முழுமையாகப் பயன்டுத்தினால், நீங்கள் இப்போது மட்டுமல்ல, பின் எப்போதும் ஒளிமயமான, வண்ணமயமான எதிர்காலத்துடன் மிக்க மகிழ்ச்சியுடன் இருக்கலாம்.* இல்லையெனில் எதிர்காலம், தொல்லைகளும், ஏமாற்றமும் நிறைந்து, துன்பமாக அமையும். என் கருத்தை விடுங்கள்! நோக்கமுடன் உயர்ந்த இலட்சியத்துடன் வாழ்ந்த உங்கள் *மூத்த நண்பர்கள், இப்போது நல்ல வசதியுடனும் செல்வத்துடனும், மகிழ்ச்சியுடனும் இருப்பதைக் கண்கூடாக நீங்களே பார்த்திருப்பீர்கள்.* அதே நேரத்தில், திட்டமிட்ட, நோக்கமுடன் வாழும் அக்கறையின்றிச் சோம்பித்திரிந்தவர்கள் இன்று பெருந்துயரிலும், நரகத்திலும் உழல்வதையும் கண்டிருப்பீர்கள்!

செயல்பட வேண்டிய காலத்தில் உழைக்க வேண்டியதன் அவசியத்தை நீங்களே புரிந்துகொள்ளுங்கள்.

2.4. கானல் நீரைப் பின்பற்றாதீர்கள்!

கானல் நீர் என்பது, நீரோட்டம் போன்ற ஒரு பொய்யான பிம்பம், தோற்றம். அருகில் செல்லச் செல்ல அங்கு நீர் இருக்காது.

பெற்றோர்களின் செல்வச் செழிப்பில் புரண்டு, குற்றங்களையும், அழிவுக்குரிய குறுக்கு வழிச் செயல்களில் ஈடுபடும் இளைஞர்கள் மகிழ்ச்சியில் திளைப்பதைப் போன்ற தோற்றத்தை ஏற்படுத்துகின்றனர். அவர்கள் உங்களைத் தவறான வழியில் இழுத்துச் செல்லலாம். எச்சரிக்கையாய் இருங்கள்!

தவறான வழியில் செல்வம் சேர்த்தவர்கள், கார், பங்களா என்று ஆடம்பரமாக இருப்பதைப் போன்று தோன்றும், ஆனால், தூக்கமில்லாத இரவுகள், பயம், கவலை, மனஇறுக்கம் மற்றும் பிற நோய்களால் அல்லலுறுவது அவர்களுக்கே வெளிச்சம்.

நேர்மையான, முறையான முன்னேற்றம் மட்டுமே வாழ்க்கையில் உண்மையான மகிழ்ச்சியை உங்களுக்கும், உங்கள் குடும்பத்திற்கும் அளிக்கும். இலட்சத்தில் ஒருவர், இலட்சியமே இன்றி தற்செயலாக குருட்டு அதிர்ஷ்டத்தில் பணம் ஈட்டி இருக்கலாம். இது உறுதியாக வெற்றி பெறும் வழியில்லை என்பதை உணருங்கள்! சரியான பாதையில் செல்லுங்கள்! கானல் நீரைக்கண்டு மயங்கி, மதிகெட்டுப் போகாதீர்கள்!

2.5. செயல்படலும், விளையாட்டும்

ஒருகணத்தையும் வீணாக்காமல், முழு முனைப்புடன், உங்கள் இலக்கை அடைவதற்கு கடினமாக உழையுங்கள். ஓய்வும், விளையாட்டும் இன்றி எப்போதும் படித்துக்கொண்டு இருந்தால் உடல் நலம் குன்றும். இடையிடையே விளையாடுவதோ யோகா அல்லது உடற்பயிற்சியோ செய்யவேண்டும். விருப்பமான சில எளிய செயல்கள் (தோட்டம் கவனித்தல், பொழுதுபோக்கு (ஓவியம், இசை), வீட்டினுள் விளையாடும் சதுரங்கம் போன்றவற்றிலும் ஈடுபடலாம்.

இதுபோன்ற மனஇறுக்கத்தைத் தளர்த்தக்கூடிய வேடிக்கை, விளையாட்டுகள் இன்றேல் வாழ்க்கையில் சலிப்பும் வெறுப்பும் ஏற்பட்டு விடும். படிப்பின் மீதும் வெறுப்பு ஏற்பட்டுவிடும்.

எனவே, படிப்பு போன்ற செயல்களையும் விளையாட்டு போன்ற உடலுக்கும் மனதிற்கும் இதமளிக்கும் செயல்களிலும் தேவையான அளவிற்கு ஈடுபடவேண்டும். இக்கருத்தை வலியுறுத்தும் ஆங்கிலக் கவிதையை மறந்து விடாதீர்கள்.

Work while you work	வேலை எனின் வேலை,
Play while you play	ஆடல் எனின் ஆடல்,
That is the way	செய்தால் மகிழ்ச்சி என்று
To be happy and gay.	நல்வழி நாடல் நன்று.

பாரதியும், "காலை முழுவதும் படிப்பு, பின்பு கனிவு தரும் பாட்டு, மாலை முழுவதும் விளையாட்டு என்று வழக்கப்படுத்திக்கொள்ளு பாப்பா" என்றெல்லாம் பாடியுள்ளார்.

நீங்கள் டெண்டுல்கர் போன்ற பெரும் விளையாட்டு வீரர்களாக விரும்பின், திறமையும் இருப்பின், முழுமையாக விளையாட்டில் ஈடுபட்டு திறமையை வளர்த்துக்கொள்ளுங்கள். தேசிய, ஆசிய, ஒலிம்பிக் போட்டிகளில் கலந்துகொள்ள வேண்டும் என்றும் முயற்சி செய்யலாம்; அப்போதும் அடிப்படைக்கல்வி இருந்தால் முன்னேற்றத்திற்கு உதவும்.

2.6. உங்கள் நாட்டங்களைத் தெரிந்து கொள்ளுங்கள்

சென்ற பகுதியில், நீங்கள் மேற்கொள்ள இருக்கும் நோக்கமும் தொழிலும், உங்கள் *நாட்டத்தின் அடிப்படையிலும், திறமைகளின் அடிப்படையிலும்* இருக்க வேண்டும் என்று வலியுறுத்தப்பட்டது. இதில் நாட்டம் மிக முக்கிய கவனம் செலுத்த வேண்டிய ஒன்று.

பலவகைப் பணிகளிலும், தொழில்களிலும் அவர்கள் பணியாற்றும்போது உற்று கவனியுங்கள். உங்கள் உணர்வுகள் மற்றும் மனப்பாங்குகள் எப்படி இருக்கின்றன என்று உற்று கவனியுங்கள்.

சில சமயங்களில் ஒரு குறிப்பிட்ட தொழில் புரிபவரை நீங்கள் பாராட்டுவீர்கள். அவரைப்போல் ஆகலாமா என்று எண்ணுவீர்கள். அவர்மீது பெருமதிப்பு வைத்திருப்பீர்கள். அப்பணியின்மீது ஒரு பற்றுதல் உண்டாகலாம். அப்போது, நீங்கள் ஏன் அந்தப் பணியில் ஈடுபடக்கூடாது என்று உங்கள் மனதைக் கேளுங்கள்.

உங்கள் மனம் 'ஆம்' என்றால் அப்பணி பற்றி மேலும் விவரங்களைச் சேகரியுங்கள். இதற்காகத் தனியாக நேரம் ஒதுக்க வேண்டும் என்பதில்லை, நண்பர்கள், உறவினர்கள் இதுபோன்ற பணியில் உள்ளோர் ஆகியோரிடம் பார்க்கும்போது, பழகும்போது கேட்டறியலாம்.

இப்பகுதியின் கடைசியில் எந்தெந்தப் பணிகளுக்கு என்னென்ன சிறப்புத் திறமைகள் வேண்டும், என்னென்ன பாடம் படித்திருக்கலாம் என்பதைச் சுருக்கமாகக் கூறியுள்ளேன்.

இதனைப் படித்தபின் மீண்டும் உங்களுக்கு நீங்கள் நினைக்கும் பணியில் உண்மையிலேயே நாட்டம் (Aptitude) உள்ளதா என்று அறிந்து கொள்ளவும்; இருக்கிறது என்றால் மேலும் ஆழ்ந்த விவரங்களைத் திரட்டுங்கள். எப்படி அப்பணிக்குப் படிக்க வேண்டும். என்ன தேர்வுகள் எழுத வேண்டும். எப்படித் தெரிந்தெடுக்கிறார்கள், எங்கு பயிற்சி கிடைக்கும் போன்ற தகவல்களைச் சேகரிக்கலாம்.

2.7. உங்கள் திறமைகளைத் தெரிந்து கொள்ளுங்கள்!

2.7.1. திறமைகளைக் கண்டறியுங்கள்

புத்தபெருமான் கூறினார்: 'ஒரு மனிதன் அவனுடைய ஆற்றல் எங்கே அல்லது எதிலே இருக்கிறது என்று புரிந்து கொண்டால், அதில் அவன் கடின உழைப்பை மேற்கொள்ள வேண்டும்'.

உங்கள் பணியைத் தெரிந்தெடுக்கும்போது குறைந்தது என்ன திறமைகள் வேண்டும் என்பதைத் தெரிந்து கொள்ளுங்கள்; அதன்மீது நேர் நாட்டமும் (positive) இருக்கவேண்டும்.

குறைந்தபட்ச திறமைகளாவது இருக்குமாகில், பின்னர் நீங்கள் அப்பணியை மேற்கொள்ளும்போது மேலும் பல திறமைகளை வளர்த்துக் கொள்ளலாம். இங்கே எடுத்துக்காட்டுகளாக, சில பணிகளுக்குத் தேவையான குறைந்த அளவு திறமைகளைப்பற்றி அறிந்துகொள்வோம்.

2.7.2. மருத்துவம்

மருத்துவராக விரும்பினால் அல்லது அது தொடர்பான பணிகளில் ஈடுபட நினைத்தால், நீங்கள் உயிரியல் பாடத்தில் நல்ல தேர்ச்சி பெற்றிருக்க வேண்டும். மேலும் நோயாளிகளிடம் நன்கு பழக, பொறுமை மிக வேண்டும். சில சமயம் அவர்கள் அழுக்கும், நாற்றமும் கொண்டவர்களாகவும் இருக்கலாம். அதைப் பொறுத்துக்கொள்ள வேண்டும். சில மாணாக்கருக்கு இரத்தத்தைக் கண்டாலே ஒவ்வாமை (Allergy) ஏற்படும். மயக்கம் போடுவோரும் உண்டு. ஒரு வேளை உங்கள் நாட்டம் வலுவானதாக இருந்தால் இத்திறமைகளை நீங்கள் வளர்த்துக்கொள்ளலாம். உங்களால் இத்திறமைகளை வளர்த்துக்கொள்ள இயலாது என்றால், வேறு பணியைப் பற்றி, அது உங்களுக்குப் பொருத்தமா என்று ஆராய்ந்து பாருங்கள். யாரோ சொல்லுகிறார்கள் என்பதற்காக, உங்களிடம் அடிப்படைத் திறமைகள் கூட இல்லை எனில் அதில் சேர முயற்சிக்காதீர்கள்

2.7.3. பொறியியல்

நீங்கள் ஒரு பொறியாளராக விரும்பினால், கணக்கிலும், அளவிடுதலிலும், பரிமாணத்திலும், ஆர்வம் இருக்க வேண்டும். 'கணக்கு பிணக்கு' என்றால் பொறியியலை மறந்து விடுங்கள். மேலும், பொறியியலில் சிறப்புப் பிரிவுகள், கட்டடக் கலை, மின்னியல், மின் அணுவியல், வேதியல் என்பவற்றிற்கு ஏற்ப, உங்களுக்கு இயற்பியல் அல்லது வேதியலிலும் ஆழ்ந்த அறிவு தேவை.

உங்களுக்குச் சற்றேனும் உடல் வலிமை தேவைப்படலாம். கட்டட இயலில், வெளியில் சென்று (பெரும்பாலும்) மேற்பார்வையிட வேண்டியிருக்கலாம். இயந்திரவியலில், லேத்துப்பட்டறை அல்லது சில இயந்திரங்களை இயக்கும் சக்தி வேண்டும். வேதியல் பாடம் ஒத்துவராதவர் வேதியல் பொறியியலை எப்படி எடுக்க முடியும்?

2.7.4. ஆசிரியப் பணி

ஆசிரியப் பணி பல நிலைகளில் உண்டு. தொடக்கநிலை, இடைநிலை, மேல்நிலை, கல்லூரி, பல்கலைக்கழகத்தில் கற்பித்தல் எனப் பல படிகள் உண்டு. முதலில் எந்தப் பாடத்தில் கற்பிக்கப் போகின்றீர்களோ அதில் ஆழ்ந்த அறிவு வேண்டும். மேலும் சற்றுப் பின்தங்கிய மாணாக்கருக்கு கற்பிக்கப் பொறுமை வேண்டும். நீங்கள் உங்கள் நண்பருக்கு கற்றுத் தருவது போன்று விவாதிக்கும்போது, இந்தப் பொறுமை இருக்கின்றதா என்று பார்க்கலாம். மேலும், அவர்கள் நன்றாகச் சொல்லிக் கொடுக்கின்றீர்கள் என்ற பாராட்டுகின்றார்களா என்று பார்க்கலாம். மேலும், நன்னடத்தையும்,

தியாகம், நேர்மையும், பற்றுதலும் இருக்க வேண்டும். நீங்கள் எதைக் கற்பிக்கின்றீர்களோ அப்படி நடப்பவராக முன்மாதிரியாக இருக்க வேண்டும்.

உடனே நீங்கள் என்னை ஒரு கேள்வி கேட்கலாம்: எல்லா ஆசிரியர்களும் இப்படி ஒரு நல்ல முன்மாதிரியாகத்தான் இருக்கின்றார்களா ? என்று. அப்படி இருப்பதில்லை. ஒரு சிலர் மிகவும் மோசமான நடத்தை உள்ளவர்களாகவும் இருக்கலாம். ஆனால், நீங்கள் அவர்களைப்பற்றி எப்படி மோசமாக நினைக்கின்றீர்கள், அவர்களுக்கு எவ்வளவு அவமதிப்பு ஏற்படுகின்றது என்பதையும் நினைத்துப் பாருங்கள். அவர்கள் பணம் நிறைய சேர்க்கலாம். என்ன பயன் ? "புகைபிடிப்பது உடல் நலனுக்கு கேடு விளைவிக்கும், அதனை பிடிக்காதீர்கள்" என்று தொடர்ந்து புகைபிடித்துக் கொண்டே ஒரு மருத்துவர் சொல்லலாம்; தவறில்லை. ஆனால், ஒரு ஆசிரியர் நல்ல முன்மாதிரியாக இருக்க வேண்டுமானால் இப்படிச் செய்யக்கூடாது.

2.7.5. விளையாட்டு வீரர்

நீங்கள் கங்குலி, டெண்டுல்கர், கவாஸ்கர், லட்சுமணன் போன்று கிரிக்கெட்டிலும் மற்றும் பிற விளையாட்டுகளில் ஆசிய, ஒலிம்பிக் போட்டிகளில் பங்கேற்கும் விளையாட்டு வீரனாக ஆகவேண்டுமென்றால், உங்களுக்கு நல்ல உடல்பலம் இருக்கவேண்டும். மேலும் விளையாட்டுகளின் விதிமுறைகள், விளையாடும் முறைகள், கால்பந்து, கூடைப்பந்து, கைப்பந்து, ஹாக்கி, கிரிக்கெட் போன்ற விளையாட்டுகளை கற்றுக்கொள்ளும் திறனும் இருக்க வேண்டும். மேலும் மேலும் பயிற்சி செய்தல், எதையும் உணர்ச்சி வயப்படாமல் வெற்றி-தோல்விகளை சமநிலையில் பார்க்கும் மனப்பாங்கு இவையும் தேவைப்படும்.

2.7.6. சிறந்த கலைஞர்கள்

நீங்கள் சிறந்த ஓவியர் ஆகவேண்டுமென்றால், வடிவம், அளவு, தோற்றக்குவியம், வண்ணக்கலவைகள் பற்றிய அறிவு வேண்டும். இயற்கைக் காட்சிகளையும், மக்களையும், கோயில் போன்ற கட்டடங்களையும் இயற்கையாக வரையும் ஆர்வம் வேண்டும்.

நீங்கள் ஒரு உயர்ந்த பாடகராகவோ, கருவிகள் வாசிக்கும் இசைக்கலைஞராகவோ ஆகவேண்டுமென்றால், ராக, ஸ்வர வேறுபாடுகளை அறியும் ஆற்றல் வேண்டும். ராகங்களின் அடிப்படையில் இசைக்கவும் ஞானம் வேண்டும். அப்படி ஆர்வமும் திறமையும் இருக்குமானால் பெரும் இசைக் கலைஞர்களிடம் சிஷ்யன், சிஷ்யையாகச் சேர்ந்து இசையைக் கற்றுக்கொள்ளலாம். இப்போது, சான்றிதழ் மற்றும் பட்டயப் படிப்புகளும் இசை போன்ற கலைப் பாடங்களில் முறைப்படி கற்றுக் கொடுக்கப்படுகின்றன.

2.7.7. பிற தொழில்கள்

இவ்வாறே விவசாயம், சட்டம் சார்ந்தவை, அலுவலகப்பணிகள் மேலாண்மை பற்றிய குறிப்புகள் அட்டவணையில் காண்க.

2.8. உங்கள் பணியை எப்படித் தெரிந்தெடுப்பது?

நாட்டம், திறமைகள் அடிப்படையில் உங்கள் பணியைத் தெரிந்தெடுக்காவிட்டால் நீங்கள் அத்துறையில் சிறப்பாகச் செயல்படமுடியாது அல்லது தோல்வியைச் சந்திப்பீர்கள். நீங்கள் பேரும் புகழும் எடுக்க முடியாது. மேலும், தொழில் திருப்தியும் ஏற்படாது. இப்பகுதியில் கூறப்பட்டுள்ள அடிப்படைத் திறன்களின் வழி, உங்கள் நாட்டம், திறன்களை அலசி ஆராய்ந்து, தேவைப்பட்டால் அப்பணியில் உள்ளோருடன், பேசி, அல்லது அவர்கள் செயல்படும்போது உற்று நோக்கி கூடுதல் விவரங்களைச் சேகரித்து பின் முடிவு எடுக்கவும், தேவைப்பட்டால், இரண்டு பணிக்களங்களை முன்னுரிமை அடைப்படையில் தெரிந்தெடுக்கலாம். ***களம் என்பது பெரும் பிரிவு;*** (மருத்துவம், பொறியியல் போன்று) பின்னர், மேல்படிப்பு படிக்கும்போது (+2 அல்லது பட்டம்) எத்துறையில் சிறப்புப் பயிற்சி எடுக்கலாம் என்பதையும் தீர்மானிக்கலாம். உதாரணம்: M.B.,B.S., B.D.S., போன்றவை. பொறியியலில், கட்டடக்கலை, மின்னியல் போன்ற சிறப்புப் பகுதிகள். மேலும், ஒரு சிறப்புத் தொழிலில், கடும் போட்டிகள் காரணமாக சேர்க்கை கிடைக்கவில்லை என்றால் மாற்று ஏற்பாடாக எதில் சேரலாம் என்பதையும் தீர்மானித்திருப்பது நல்லது.

மேலும் ஒவ்வொரு களத்திலும் 2 (அ) 3 நிலைகளில் படிக்க வாய்ப்புகள் உண்டு. உதாரணம்: பொறியியலில், பத்தாம் வகுப்புக்குப்பின் I.T.I. என்ற சான்றிதழ் படிப்பு உண்டு. +2 முடித்தவர்களுக்கு இரண்டு வாய்ப்புகள் உண்டு. (1) பாலிடெக்னிக்குகளில் பட்டயப்படிப்பு, (2) B.E., B.Tech., போன்ற பட்டப்படிப்பு. மேலும் சிறந்த, I.I.T. (Indian Institute of Technology) மற்றும் BITS (Birla Institute of Technology and Science) கல்வி நிறுவனங்களில் தொழில்நுட்பக் கல்வியைக் கற்கலாம். இவற்றையெல்லாம் நன்கு தெரிந்துகொண்டு, இப்போதிருந்தே, முனைப்போடும் படித்து வந்தால் நல்ல பயன் கிடைக்கும். ஒரு நிலை கிடைக்கவில்லை என்றால் மனந்தளராமல் அடுத்த மாற்று நிலைகளில் முயற்சி செய்யலாம்.

சில சமயங்களில், உங்களுக்கு மிகுந்த ஆர்வம் இருந்து, வசதி இல்லாதபோது நடுநிலைப் படிப்பு நிலைகளில் சேர்ந்து, பின்னர் கூடுதல் பயிற்சி அளிக்கும் நிறுவனங்களின் மூலம் படிப்பு நிலையை உயர்த்திக் கொள்ளலாம்.

2.9. தொகுப்பு அட்டவணை

என்னென்ன பணிக்கு, என்னென்ன அடிப்படைத் திறமைகள் வேண்டும் என்பதை அலசி அறிய பாடம், பணி, தேவைப்படும் திறமைகள் பற்றிய ஒரு தொகுப்பு அட்டவணை இங்கு அளிக்கப்படுகிறது.

பெரும்பணிக்களங்களும், திறமைகளும்

வ. எண்	பாடம் (1)	பணி (2)	தேவையான அடிப்படைத் திறமைகள் (3)
1.	பொது எல்லாப் பாடமும்	அலுவலக எழுத்தர் (3ஆம் நிலை) தட்டச்சர், சுருக்கெழுத்தர் அலுவலர், மேற்பார்வையாளர் (2ஆம் நிலை) I.A.S., I.P.S., போன்ற பணிகள் (1ஆம் நிலை) (இவ்வகைப் பணிகள் அரசு, தனியார் நிறுவனங்களில் உண்டு I.A.S., I.P.S., போன்றவை அரசு பணிகளில் மட்டும்)	குறிப்பெழுதுதல், கடிதம் எழுதுதல் மொழித்திறன், தட்டச்சு, சுருக்கெழுத்து தலைமைப்பண்பு, மேற்பார்வைத்திறன் மேலும் உயர்நிலைப் பண்புகள் மேலாண்மைத்திறன்கள் சிக்கல் தீர்த்தல், தீர்மானித்தல் சமயோசித முடிவெடுத்தல்
2.	உயிரியல், வேதியல்	மருந்தாளுநர், கம்பவுண்டர் கீழ்நிலை செவிலியர் செவிலியர் (ஆண்/ பெண்) மருத்துவர் M.B.B.S., B.D.S., பிற (சிறப்புப் பிரிவுகள், இதயம், சிறுநீரியல், நாளமில்லாச் சுரப்பி, காது, மூக்கு, தொண்டை...)	மருந்து பற்றிய அறிவு, வேதியலறிவு, விரைந்து பிரித்தல், பகுத்தறிதல் மேல் உள்ளவற்றுடன் + பொறுமை மருத்துவமனை சூழலில் வேலை செய்தல், இரத்தம் கண்டு மயங்காமை உடற்கூறு பற்றிய அறிவு, மேலாண்மைத் திறன்கள், குறையறி முறை, அறுவைச் சிகிச்சை
3.	விலங்கியல்	B.V.Sc., மற்றும் பிற	மேற்சொன்னவையுடன் + விலங்குகளுடன் பழகும் திறமை வேண்டும்
4.	தாவரவியல்	B.Sc., (Agriculture) மற்றும் பிற	ஆர்வம், மண் வள அறிவு விவசாயத்திறன்

வ. எண்	பாடம் (1)	பணி (2)	தேவையான அடிப்படைத் திறமைகள் (3)
5.	கணக்கு இயற்பியல் வேதியல் கணினி அறிவியல்	சான்றிதழ் படிப்புகள் (பல தொழில்கள்) பட்டயப் படிப்புகள் (Diploma) பட்டயப்படிப்புகள் B.E., B.Tech.	கணக்கிடுதல், அளவிடுதல், வரைதல் திறன்கள். மேற்சொன்னவையுடன் + பிற சிறப்புப் பாடங்களுக்கு ஏற்ற திறன்கள் (மின்னியல் முதலியன) மேற்கண்டவற்றுடன் உயர்ந்த நிலைத்திறன், + சிறப்புப் பிரிவு திறன் மற்றும் மேலாண்மைத் திறன்கள்
6.	வணிகவியல் மேலாண்மையியல் பாடங்கள்	வங்கிகளில், வர்த்தக நிறுவனங்களில் எழுத்தர் முதலியன நடுநிலை மேலாளர்கள் விற்பனையாளர், முகவர் மேல்நிலை மேலாளர்கள்	எழுத்தர்கள் பகுதியில் குறிப்பிட்ட திறன்கள் மேற்பார்வையாளர்களுக்குக் குறிப்பிட்டவை, விற்பனைத்திறன், நாநலம், சொற்திறன், சந்தை அறிவு. மேலே குறிப்பிட்டவை உயர்நிலைத்திறன்கள். ஒவ்வொன்றிலும் சிறப்பு அறிவுத் திறன், மேலாண்மைத் திறன்கள், சந்தையியல், நிதியியல், மனிதவளம், அயல்நாட்டு வணிகம் மற்றும் பிற
7.	வணிகவியல் மேலாண்மையியல் பாடங்கள்	ACA தணிக்கையாளர், கணக்காயர், AICWA விலைக்கணக்காயர் விலை தணிக்கையாளர் ACS கம்பெனி செயலாளர்	கணக்கிடல், பகுத்தறிதல், உண்மை கண்டறிதல் + விலை பகுத்தாய்தல், மேலாண்மைத்திறன், கம்பெனி, வணிகச் சட்டங்கள்
8.	பொது எந்தப் பாடமும்	வழக்கறிஞர்: மாவட்ட நிலை வழக்கறிஞர்: மாநில நீதிமன்றம் வழக்கறிஞர்: உச்ச நீதிமன்றம்	பேச்சாற்றல், தர்க்கமுறை விவாதம், பழைய வழக்குகளை எடுத்துரைக்கும் நினைவாற்றல். நீதிமன்றத்தில் பேசும் தைரியம், விவாதிக்கும் திறமை
9.	பொது- எந்தப் பாடமும்	மாண்டிசோரி, பால்வாடி, தொடக்கநிலை ஆசிரியர் உயர்நிலை ஆசிரியர் மேல்நிலை ஆசிரியர் கல்லூரி / பல்கலை ஆசிரியர்	பொறுமை, விளையாட்டுடன் பாடம் கற்பிக்கும் திறன் மற்றும்+ஆசிரியர் பயிற்சி இளநிலை பட்டம் + B.Ed., முதுநிலை பட்டம் + B.Ed., முதுநிலை 55 % மதிப்பெண்களுக்குமேல் (M.Phil, Ph.D) + U.G.T. சோதனை

வ.எண்	பாடம் (1)	பணி (2)	தேவையான அடிப்படைத் திறமைகள் (3)
10.	விளையாட்டு உடல் வலிமை	விளையாட்டு வீரர், வீராங்கனை மாவட்டம், மாநில, தேசிய, ஆசிய, உலக நிலைகளில் காவலர் - பலவகைப்பிரிவு பாதுகாப்பு - காலாட்படை, கப்பற்படை, விமானப்படை (பல நிலை சிப்பாய் முதல் அலுவலர் வரை)	குறிப்பிட்ட விளையாட்டில் திறமை விளையாட்டுச் சட்ட திட்டங்கள் உடல் நலம் பிரச்சினைகளையும், மக்களையும் எதிர் கொள்ளும் தைரியம், துப்பாக்கி சுடுதல். தேசப்பற்று, தைரியம், தீர்மானிக்கும் திறன், போரில் ஈடுபடும் தைரியம், கீழ்ப்படிதல், ஒவ்வொரு துறைக்கும் தனித்திறமை.
11.	மொழித் திறன்	செய்தி தொகுப்பாளர் பத்திரிகையாளர், பதிப்பாசிரியர் தனிப்பட்ட எழுத்தாளர்கள்	எழுதும் மொழித்திறன், கற்பனைத்திறன் பகுத்தறிதல், தீர்மானித்தல் படைப்புத்திறன்
12.	ஓவியம் இசை நுண்கலை கருவிகள் வாசித்தல்	ஓவிய ஆசிரியர், வணிக ஓவியர் கலைஞர்கள் இசைக் கலைஞர், இசை இயக்குநர் நாடகம், சினிமாநுட்ப இயலர், நடிகர், இயக்குநர் கருவிகள் இசைப்பவர் இசைக்கருவிகள் குழு	யாவற்றிற்கும் கற்பனை வளம் + வடிவம், அளவு, பரிமாணம் ராக, தாளம் அறிதல், குரல்வளம் நவரசம், உணர்வுகள் நடிப்பாற்றல் கருவிகளை இயக்கும் திறன்
13.	பொது + வணிக இயல்	பலநிலை வணிகர்கள் கடை நடத்துபவர் சிறு தொழில்கள் பெரும் தொழிலதிபர்கள் ஏற்றுமதி இறக்குமதி	பொருள்களின் தேவை கணக்கிடும் திறன், குறிப்பிட்ட வணிகத்திறன் + உற்பத்தி, மேற்பார்வை சட்டங்கள் + உற்பத்தி, மேற்பார்வை சட்டங்கள் + உற்பத்தி, மேற்பார்வை சட்டங்கள் ஏற்றுமதி, இறக்குமதி சட்டதிட்டங்கள்

மேற்கூறிய விவரங்கள், பகுத்துப்பார்ப்பதற்கான முக்கிய கருத்துகள் மட்டுமே. தனிப்பட்ட தொழில் விளக்க புத்தகங்கள் வேலை வாய்ப்பு அலுவலகங்களில் கிடைக்கும். வழிகாட்டுதல் மையத்தில் சில விளக்கப்படங்கள் கூட இருக்கும். இம்மையங்கள் சில பல்கலைக் கழகங்களிலும் இருக்கும். சென்னைப் பல்கலைக்கழகத்தில் விரிவான

விளக்கந்தரும் மையம் ஒன்று உள்ளது; முதலில் எந்தப் பெரும் (Field / Area) பிரிவை எடுக்கலாம் என்று பார்த்து, அதன்பின் மேலும் அதுபற்றிய விளக்கத்தை இந்நூலில் பகுதி 9-லும் காண்க. மேலும் விவரம் வேண்டியிருப்பின் வேலை வாய்ப்பு அலுவலகத்திலோ, அல்லது குறிப்பிட்ட பணியாளர்களைக் கண்டும் பேசலாம்.

2.10. முடிவுரை

உங்களுடைய வாழ்க்கை நோக்கத்தையும், குறிக்கோளையும் நிர்ணயித்துக்கொண்டு வெற்றி பெறுவதற்காக குறிக்கோளை நோக்கி உங்கள் சக்தியையெல்லாம் ஒருமுனைப்படுத்துங்கள். இல்லையெனில், உங்கள் காலமும், சக்தியும் உதிறிச் செயல்களில் வீணாகிப்போகும். உங்களைப்போன்று ஒவ்வொரு இளைஞரும் முன்னேற்றத்தை நோக்கி திறமையுடன் உழைத்தால் உங்கள் குடும்பமும் வளம் பெறும்; நாடும் விரைந்து முன்னேறும்.

குறுகிய மனப்பான்மையுடைய, சோம்பித்திரியும் குற்றங்கள் புரியும் மோசமானவர்களை முன்னுதாரணமாக எடுத்துக்கொள்ளாதீர்கள். கொஞ்ச நாள் அவர்கள் மகிழ்ச்சியாய் இருப்பது போல் தோன்றலாம். ஆனால் அவர்கள் **உண்மையான** மகிழ்ச்சியைப் பெற மாட்டார்கள். எந்த நேரத்திலும் அவர்கள் துன்பத்தில் கவிழ்ந்து போவது உறுதி.

விரைந்து முன்னேறும் வகையில், உழைப்பையும், ஓய்வையும் தேவைக்கேற்ப மேற்கொள்ளுங்கள். பயனற்ற, கெட்ட பழக்கங்களில் தோய்ந்து போகாதீர்கள். காலம் பொன்னானது.

உங்கள் நாட்டம், திறமைகளுக்கு ஏற்ப எந்த நிலையில் எந்தப் பணிக்காக நீங்கள் முயற்சிக்கலாம் என்பதை, இப்பகுதி அட்டவணை மற்றும் 9ஆம் பகுதியையும் பார்த்து தீர்மானியுங்கள். இவ்வுயர்ந்த நோக்கங்களோடு, உடல், உள்ள, ஆன்ம, சமூகத் திறமைகளை *வளர்த்துக்கொள்ள* முனைந்து செயல்படுவோம்.

3

வலிமைமிகு உடலினை வளர்த்திடுங்கள்!

நான் விரும்புவது, இரும்பு போன்ற தசைகளும்,
உருக்கு போன்ற நரம்புகளும், இவற்றுள் இடி மின்னல்
போன்ற பொருளால் ஆன மனமும் தான்.

– சுவாமி விவேகானந்தர்

3.1. ஏன்?

'வலிமையான உடலில் வலிமையான மனம்' என்பது முதுமொழி. ஆற்றல் மிக்க உள்ளத்தைப் பெறுவதற்கு வலிமைமிக்க உடல் வேண்டும் என்பதை இது வலியுறுத்துகின்றது. திறமையுடன் எந்த வேலை செய்வதற்கும் உடற்தகுதி தேவை. மகிழ்ச்சியுடன் வாழ நலமும், உடற்கட்டும் அவசியம்.

முற்றும் துறந்த முனிவர்கள் கூட, ஆன்ம ஆற்றலைப் பெருக்க, நம் உடலைப் பாதுகாக்க வேண்டும் என்றனர். மாபெரும் சித்தர் திருமூலர் கூறினார்:

'உடம்பார் அழியின் உயிரார் அழிவர்,
திடம்பட மெய்ஞ்ஞானம் சேரவும்மாட்டார்.

உடம்பை வளர்க்கும் உபாயம் அறிந்தேன்
உடம்பை வளர்த்தேன் உயிர் வளர்த்தேனே' என்றும்

'உள்ளம் பெருங்கோயில்
ஊனுடம்பு ஆலயம்'

என்றும் உடம்பின் சிறப்பை உணர்த்தினார். வலிமையற்ற மாணாக்கர் அவர்கள் விரும்பும் நோக்கத்தை நிறைவேற்ற முடியாது.

'சுவரை வைத்தே சித்திரம் தீட்ட முடியும்.' உங்கள் வளமான எதிர் காலத்தை உருவாக்க உங்களுக்கு வலிமையான கட்டுடல் தேவை. *'உடல் நலமே செல்வம்'* (Health is Wealth).

3.2. உடல் வளர்ச்சி பற்றி நல்வழி காட்டுதல்

நண்பர்களே, வேகமான, வேறுபட்ட உடல், உள்ள மாறுதல்களை ஏற்படுத்தும் இளமைப் பருவ நிலையில், நீங்கள் இப்போது இருக்கின்றீர்கள். உங்கள் மூத்த நண்பர்கள் நன்முறையில் வழிகாட்டவில்லை எனில், உங்கள் உடலில் ஏற்படும் மாற்றங்களைக் கண்டு நீங்கள் பயப்படலாம். நீங்கள் குழந்தைப்பருவத்தினின்று முன்னேறி, முதிர்ச்சி நிலையை அடைய இருக்கின்றீர்கள். இந்த இளமைப்பருவம் (Teen Ages - Thirteen to Ninteen) மாறிக்கொண்டிருக்கும் ஓர் இடைப்பட்ட பருவம் ஆகும்.

எதிர்பாராத வகையில் உடல்மாற்றங்கள் நிகழும். பெண்கள் பருவமடைகின்றனர். ஆண்கள் வளர்ச்சி பெற்ற மனிதனாக தாடி, மீசை முளைக்கப்பெறுகின்றார்கள். நாளமில்லாப் பால் சுரப்பிகள் செயல்படத் தொடங்குகின்றன. இம்மாற்றங்கள் பெரும்பாலும் 8ஆம் வகுப்பு (அ) 9ஆம் வகுப்பில் ஏற்படும். ஒரு சிலருக்கு இதற்கு முன்னும் அல்லது பின்னும் கூட நிகழலாம்.

இம்மாற்றங்கள் பற்றி, உங்கள் மூத்த நண்பர்கள், பெற்றோர், உறவினர் மூலம் நல்ல வழிகாட்டுதலைப் பெறாவிடின் நீங்கள் ஒருவித பயத்தையோ அல்லது கெட்டப் பழக்கத்தையோ ஏற்படுத்திக்கொள்ள நேரிடலாம். இம்மாற்றங்கள் இயற்கையின் பருவ வளர்ச்சியின் வெளிப்பாடுகள். இதைப்பற்றி கவலைப்படாதீர்கள். ஆனால் தீய நண்பர்கள், உங்களிடம் தீய பழக்கங்களை அல்லது தேவையற்ற பயத்தை ஏற்படுத்தாமல் பார்த்துக் கொள்ளுங்கள்.

துரதிர்ஷ்டவசமாக பெரும்பாலான இந்தியக் குடும்பங்களில் இயற்கையான பால் மாற்றங்களைப் பற்றி பேசுவது பாவம் என்று நினைக்கின்றனர். இது பற்றி மனம் திறந்து பேசுவதில்லை. ஆடையற்ற ஒரு குழந்தையைப் பார்ப்பதைப் பாவம் என்று கருதுவதில்லை. பகுத்துப்பார்க்கும் ஆறறிவு படைத்த மக்கள், இயற்கையான பால் மாற்றங்களைப் பற்றி விளக்குவதைத் தவறாகக் கொள்ளத் தேவையில்லை. இவ்வாறு பேசும்போது சில சமயம், பிறப்புறுப்புகளைப்பற்றி குறிப்பிட்டு பேசவேண்டியிருக்கலாம். அப்போது வெட்கப்படுவதோ, உணர்ச்சிவசப்படுவதோ அவசியமில்லை.

கை, கால், கண், மூக்கு, ஆசனம் போன்று பால் உறுப்புகளும் உடம்பின் பாகங்களே. உடம்பில் நிகழும் பல செயல்களைப் போன்றதுதான் பால் செயல்களும். அப்படி இருக்க மூடிமறைத்து, அதுபற்றிப் பேசுவதை ஏன் ஒதுக்க வேண்டும் அல்லது உணர்ச்சிவசப்பட வேண்டும்? (இப்படிக் கூறியதால்

தேவையில்லாமல், எப்போதும் பால் செயல்கள் பற்றியே பேசிக் கொண்டிருந்தால் அது ஒரு நோயாகிவிடும்) இளமைப்பருவத்தில் உடலில் சுரக்க ஆரம்பிக்கும் நாளமில் சுரப்பு, உடல், உள்ள மாற்றங்களைத் தோற்றுவித்து, முதிர்ச்சியை, வளர்ச்சியை, ஏற்படுத்த உதவுவதாகும். இவ் விலைமதிப்பற்ற சுரப்பினை கெட்ட பழக்கங்களினாலோ, கெட்ட நண்பர்கள் (எதிரிகள் !) நட்பினாலோ அடிக்கடி வீணாக்கக் கூடாது *நண்பரே ! இதனை நன்கு மனத்தில் இறுத்திக் கொள்ளுங்கள் ! இன்றியமையாத இவ்வியற்கை சுரப்பு நீர்மத்தை நன்முறையில் பாதுகாக்க வேண்டியது உடல், உள்ள, ஆன்ம நலத்துக்கு மிக மிக அவசியம்.*

இச்சுரப்பினை தவறுதலாக வீணடித்தால் உங்கள் உடல் வலிமை குன்றும்; மன ஆற்றல்களும், நினைவும் குறைந்து போகும்.

உங்கள் உடல்நிலையைப் பொறுத்து, இச்சுரப்பு தானாகவே, இயற்கையாக, அவ்வப்போது வெளியேறும். இதுவும் தவறான பழக்கத்தினாலோ தீய நண்பர்களோலோ அடிக்கடி நிகழக்கூடாது. மேலும் சில விவரங்கள், *பழக்கங்கள்* என்ற தலைப்பில் 6ஆம் பகுதியில் விவாதிக்கப்படும். உங்களுக்கு இதில் ஏதேனும் சிக்கல், சந்தேகம் இருந்தால் போலி மருத்துவர்களிடம் போகாதீர்கள். உங்களை அச்சுறுத்திப் பணம் பிடுங்குவார்கள். மாறாக, நல்ல நண்பர், உறவினர் அல்லது பெற்றோருடன் சிறப்பு மருத்துவரைக் கலந்து ஆலோசியுங்கள். நீங்கள் உங்கள் பிறப்புறுப்பையும், உள்ளத்தையும் தூய்மையாக வைத்துக்கொண்டால் இதற்குத் தேவை வராது என்று நம்புவோம்.

3.3. ஆரோக்கியமான உடலைப் பேணிக்காப்பது எப்படி?

ஆரோக்கியமான உடலைப் பேணிக்காப்பதற்குக் கவனிக்க வேண்டியவை பின்வரும் பெருங்காரணிகள் ஆகும்:

அ) நல்ல ஆரோக்கியப் பயிற்சிகள்.

ஆ) பொருத்தமான உடற்பயிற்சியும், விளையாட்டும்

இ) போதுமான அளவு ஓய்வும், தூக்கமும் மற்றும்

ஈ) உணவுப் பழக்கங்கள், இயற்கை வைத்தியம் முதலியன.

ஆண்டவரின் அற்புதமான படைப்பான இம்மனித உடல், எந்த ஒரு இயந்திரத்தையும்விட, ஏன் கணினியையும் விடத் திறமையாக செயல்படக்கூடியது. இதனை சரியான முறையில் பராமரித்து வந்தால், உங்களுக்கு வெற்றியையும், மகிழ்ச்சியையும் கொடுக்கும்.

3.4. விடியலில் விழித்தெழல்

காலையில் 5 (அ) 6 மணிக்கு விழித்தெழுங்கள். சிட்டுக் குருவியின் கீச்சிடலும், காக்கையின் கரைதலும் ('கா'வென்று கத்துவது) காதுகளில் இதமாக விழுகின்றன. பறவைகளின் சுறுசுறுப்புதான் என்னே?

இந்நவீன யுகத்தில் ஒரு சிலரைத்தவிர பெரும்பாலான மாணாக்கர்கள் இரவு ஆந்தைகளைப் போன்று கண் விழித்து, காலையில் எழுவதில்லை. இரவில் அதிக நேரம் படித்துக் காலையில் நேரங்கடந்து எழுந்திருப்பர்.

இரவில் சீக்கிரம் உறங்கி (சுமார் 10 மணி), விடியலில் சீக்கிரம் எழுவது, உடல் மனச் சுறுசுறுப்புக்கு நல்லது, ஆரோக்கியத்திற்கும் ஏற்றது. மனப்பாடம் செய்யவும், படிக்கவும், கற்கவும் காலைப்பொழுது பொருத்தமான நேரம். இரவு 7 (அ) 8 மணி நேரம் உறக்கமும் ஓய்வும் பெற்று காலை 5 (அ) 6 மணிக்கு உடல், மன அளவில் புத்துணர்ச்சியுடன் இருப்பீர்கள். உங்களால் வேகமாகவும், சிறப்பாகவும் கற்க முடியும். இப்படி இன்றி காலை 7 (அ) 8 மணிக்கு எழுந்தால், பல்துலக்குதல், குளித்தல் போன்ற காலைக் கடன்களை முடிக்கவும், பள்ளிக்கு ஆயத்தமாகவுமே நேரம் சரியாக இருக்கும். படிப்பிற்கு நேரம் ஒதுக்க முடியாது.

ஒருவேளை, இரவு நேரம் அமைதியாக இருப்பதாகவும், அப்போது முனைப்புடன் படிக்க வசதியாக இருக்கிறது என்றும் நீங்கள் வாதிடலாம். ஏற்றுக்கொள்கிறேன்! உண்மைதான். ஆனால் விடியலில் அமைதியான சூழ்நிலையோடு உங்கள் உடலும், உள்ளமும் புத்துணர்ச்சியுடன் இருக்குமே! இந்த புத்துணர்ச்சி இரவில் கிடைக்காது. உடலும், மனமும் நாள் முழுவதும் உழைத்துக் களைத்துப் போயிருக்கும். டீயும், காபியும் குடித்துக் கண்விழித்து உடலை மேலும் துன்புறுத்தக் கூடாது. அதிக நேரம் கண்விழித்துப்படிக்க வேண்டிய தேர்வு நேரங்களில் வேறு வழியில்லை. ஆனால் தொடர்ந்து, முறையாகப் படிப்பதற்குக் காலை நேரமே உகந்தது என்பது, நம் பழம்பெரும் ஞானிகளின் கருத்து; அண்மைக்கால அறிவியல் ஆய்வின் முடிவும் அதுவே.

நீங்கள் ஏற்கெனவே காலை 7 (அ) 8 மணிக்கு எழும் பழக்கத்திலிருந்தால், மெல்ல மெல்ல, அதிகாலையில் எழும் பழக்கத்திற்கு வர முயலுங்கள். முதல் மாதம் காலை 7 மணிக்கு, அடுத்த மாதம் 6.30 மணிக்கு, அடுத்த மாதம் 6 மணிக்கு என்று எழுந்திருக்க பயிற்சி செய்யுங்கள்.

நம் உடலில் உள்ள ஹைபோதலமஸ் நம் உயிரியல் கடிகாரத்தைக் கட்டுப்படுத்தி வருகின்றது என்பதை அறிந்தால், ஆச்சரியப்படுவீர்கள். நீங்கள் காலை 6 மணிக்கு தொடர்ந்து 7 நாளைக்கு எழுந்திருந்தால், 8ஆம் நாள் நம் உயிரியல் கடிகாரம் தானாக இயங்க ஆரம்பித்து நீங்கள் யார்

உதவியும் இன்றி 6 மணிக்கு எழுந்திருக்க முடியும். இவ்வாறே, தன்கருத்தேற்றம் (Auto-suggestion) கூட நம் உடலமைப்பில் செயல்பட்டு காலையில் எழ உதவும். நீங்கள் படுக்கைக்குப் போகுமுன், 'நான் காலையில் 6 மணிக்கு எழவேண்டும்' என்று 2 (அ) 3 முறை கருத்தேற்றம் செய்து படுத்தால், நீங்கள் அதிகாலையிலேயே எழுந்துவிடுவீர்கள்.

3.5. பல் தூய்மைப்படுத்துதல்

நீங்கள் அறிவியல் படிக்கும் மாணாக்கர் என்பதால் இரவில் படுக்கப்போகுமுன் பல்துலக்க வேண்டுமென்பதை அறிவீர்கள். பல் தூய்மை என்பது ஒரு மாபெரும் கருத்து. சுருங்கச் சொல்ல வேண்டுமானால், பல் தூய்மையின்மையே பல பெரும் உடல் நலக் கோளாறுகளுக்குக் காரணமாகின்றது என்று நிரூபிக்கப்பட்டுள்ளது.

பல் விளக்கும் 'பிரஷ்' தினமும் தூய்மைப்படுத்தப்படவேண்டும். 'பிரஷ்' செய்யும்போது மேல்தாடையில் மேலிருந்து கீழும், கீழ்த்தாடையில் கீழிருந்து மேலும் ஈறுக்கு ஊறு ஏற்படாத வகையில் செய்ய வேண்டும். 'ஆலும், வேலும் பல்லுக்குறுதி' என்று பல் குச்சியையும் பயன்படுத்தலாம். இரவில் படுக்குமுன் பல்துலக்கிப்படுத்தால், காலையில் வாயில் துர்நாற்றம் வராது. பல் சொத்தையாகாது. காலையில் ஏதாவது ஆயுர்வேத பல்பொடியில் இதமாகப் பல்தேய்க்கலாம். குச்சியைப்பயன்படுத்துவோர் காலையிலும் குச்சி பயன்படுத்தலாம். ஆனால், பற்பசை, பிரஷ் கொண்டுதான் காலையிலும் விளக்கவேண்டும் என்பதில்லை. இவ்வாறு பழகிவந்தால், பல், உடல் இரண்டும் ஆரோக்கியமாக இருக்கும். பயோரியா (பல் ஈறுகளில் சீழ் வருதல்) போன்ற கொடிய நோய்களும், அதனால் வரக்கூடிய, வயிற்றுக் கோளாறுகள், இரத்தம் நச்சுப்படுதல் போன்றவையும் வருவதில்லை.

இவ்வாறே நாக்கையும் வழவழப்பான ஒரு உலோக (அ) ப்ளாஸ்டிக் நாக்கு வழிப்பானால் வழிப்பது நன்று. புண்ணாகுமளவுக்கு வழிக்கக்கூடாது. இது சுவை அரும்புகளைச் சுறுசுறுப்பாக வைத்துக்கொள்ளும்.

3.6. பிராணாயாமம்

பிராணாயாமம் என்பது எளிய, ஆனால் சிறந்த மூச்சுப் பயிற்சி ஆகும். 'பிராணன்' என்பது உயிர்ச்சக்தி. தூய்மையான உயிர்வளி (பிராணவாயு - Oxygen) அல்லது ஓசோன் (Ozone) சுவாசிப்பதன் மூலம் உயிர்ச்சக்தி வலுப்பெறுகின்றது. சிறப்பாகச் செயல்படுகிறது. நுரையீரல் வழி இரத்தம் செல்லும்போது, இரத்தத்தை தூய்மைப்படுத்த பிராணவாயு

தேவைப்படுகிறது என்பது உங்களுக்குத் தெரியும். மூச்சை வெளிவிடுதல் மூலம் இரத்தத்திலிருந்து விடுபட்ட கரியமிலவாயு வெளியேறுகின்றது.

பிராணாயாமம் என்பது சந்திப்பொழுதுகளில் (இரவும், பகலும் இணையும் நேரம்) அறிவியல்படி முறைபடச்செய்யும் *மூச்சுப் பயிற்சி* ஆகும். சந்திப்பொழுதில், ஓசோன் மற்றும் உயிர்ச்சக்தி திறந்தவெளியில் அதிகமிருக்கும் என்பர். குறிப்பாக கடற்கரை (அ) ஆற்றுப்பக்கம் அதிகமாக இருக்கும் என்பர். இதனால்தான் நடைப்பயிற்சியைக் கடற்கரையோரம் செய்தல் சிறப்பு என்று கூறுவர். ஆழ்ந்த மூச்சுப்பயிற்சி, நச்சுத்தன்மை வாய்ந்த கரியமிலவாயுவை அகற்றி, உயிர்ச்சக்தியாக, பிராணவாயுவை அளிக்கின்றது. இது அண்டை வெளியிலிருந்து உயிர்ச்சக்தி திறம்பட பரிமாற்றம் செய்துகொள்ளப் பயன்படுகின்றது.

இரு கால்களையும் மடக்கி, வசதியாகக் கீழே அமர்ந்து கொள்ளவும். பத்மாசனத்திலும் அமரலாம். *ஆழ்ந்து* வெளிக்காற்றை உள் இழுங்கள். சில நொடிகள் நுரையீரலில் *நிறுத்தி* வையுங்கள். பின் *மெதுவாக* வெளியேற்றி ஓய்வெடுங்கள் (ஒரு சில நொடிகள்தான்). இவ்வாறு 10 (அ) 15 முறை செய்யலாம். முக்கியமாக கவனிக்க வேண்டியது, நீங்கள் தூய்மையான வெட்டவெளியிலோ (மேல்மாடி), திறந்த இடத்திலோ அல்லது காற்றோட்டமுள்ள அறையிலோ இருந்துதான் செய்ய வேண்டும். புகை, துர்நாற்றம், மாசு இருக்கும் சூழலில் செய்யக்கூடாது. இதைப் பொதுவாக, கடற்கரையோரம், ஆற்றங்கரையோரம், குளக்கரையோரம் அந்நாளில் செய்வர். மாசு மருவற்று, தூசு தும்பற்று இருக்கவேண்டுமென்பதால் விடியல் சிறந்த நேரமாகும்.

பிராணாயாமம் பலமுறைகளில் செய்யப்படுகின்றது: இரு மூக்குத் துவாரங்களின் வழியாக மூச்சை உள்ளிழுப்பது, வெளியேற்றுவது (அ) இட நாசியில் (மூக்குத்துவாரம்) உள்ளிழுத்து வலநாசியில் வெளியிடுதல். இவ்வாறு செய்யும்போது கட்டைவிரலையும், ஆள்காட்டி விரலையும் பயன்படுத்தி மூடவேண்டிய நாசியை அழுத்திக் கொள்ளலாம். காற்றை உள்ளிழுப்பதும், வெளியிடுவதும், தாளநயம் போல், சீராகச் செய்ய வேண்டும். புதிய பிராணவாயு அதிக அளவில் இரத்தத்துடன் கலந்து, நீங்கள் புத்துணர்ச்சியைப் பெறுவீர்கள்.

சாதாரணமாக, உள்ளிழுத்தல், உள் இருத்தல், வெளியிடுதல் என்பது 1: 4: 2 என்ற விகிதாசாரம் இருக்கலாம் என்பர். உள்ளிழுப்பது 5 நொடி என்றும் அது ஓர் அலகு என்றும் கொண்டால், உள்ளிழுப்பது ஓர் அலகு நேரமும், உள்இருத்தல் 4 அலகு நேரமும், வெளியிடுவது 2 அலகு நேரமும் எடுத்துக்கொள்ள வேண்டும். அதாவது, உள் இருத்தல் சற்று அதிக நேரமும்,

வெளியிடுதல் மெதுவாக, நிதானமாகவும் இருக்க வேண்டும். ஆரம்பத்தில் உள் இருத்தல் 4 அலகு நேரம் கடினம் என்றால், 2 அலகு நேரம் வைத்தாலும் போதும், பின்பு படிப்படியாக உயர்த்தலாம். இவ்வாறே ஓர் அலகின் நேரத்தையும் 5 நொடியிலிருந்து சிறிது சிறிதாக ஏற்றலாம். சாதாரணமாக, 'ஓம்' என்று ஒலிப்பதற்கான நேரம் ஓர் அலகாகக் கொள்ளலாம். *இதயக் கோளாறு இருக்குமானால், மருத்துவரைக் கலந்தாலோசித்து மேற்கொள்ளவும்.*

இதுவரை நாம் பார்த்த விளக்கம் மிகச்சிக்கலாக இருப்பது போல் தோன்றும். ஆனால், நடைமுறையில், *காற்றை உள்ளிழுத்தல், உள்இருக்கச் செய்தல், மெதுவாக வெளியேற்றுதல், சற்று ஓய்வு* ஆகிய செயலை மீண்டும் மீண்டும் செய்வதே; மிக எளிது. ஏதேனும் சந்தேகம் இருப்பின் தெரிந்த வல்லுநர் அல்லது உடற்பயிற்சி ஆசிரியரைக் கேட்டால் விளக்கம் கொடுப்பார். மேலும் விவரங்கள் வேண்டும் என்றால் யோகா பற்றி விளக்கும் நூல்களில் கிடைக்கும்.

3.7. உடற்பயிற்சி

இப்போது பிராணாயாமம் மூலம் நமது உடல், உடற்பயிற்சிக்குத் தயாராக உள்ளது. உடலின் எல்லா உறுப்புகளுக்கும் பிராணவாயுவை எடுத்துச்செல்ல இரத்த ஓட்டம் செல்ல வேண்டும். இது உடற்பயிற்சியின் மூலம் நடைபெறும். விரைவுநடை, நீச்சல், சைக்கிள் விடுதல், குதித்து நடத்தல் அல்லது குதித்தல் ஆகியவை எளிய உடற்பயிற்சியாகும். உங்கள் உடற்பயிற்சி ஆசிரியர் கற்பித்த சுலபமான சில உடற்பயிற்சிகளைச் செய்யலாம். யோகாசனம் தெரிந்தால் செய்யலாம். உங்கள் உடல்வலிமைக்கு ஏற்ப, பயிற்சி செய்யும் நேரத்தை நிர்ணயிக்கவும். குறைந்தது 15 முதல் 20 நிமிடம் செய்யலாம். தேவையற்ற உப்புகள் பயிற்சியின்போது வெளியாகும். வியர்வையின் வழி வெளியேறிவிடுகிறது. இந்தத் தேவையற்ற கழிவுகள் அகற்றப்படாவிட்டால், உங்கள் உடல்நலம் பாதிக்கும்.

முடிந்தால், மாலையிலும் உடற்பயிற்சி செய்யலாம். ஆனால் பள்ளியில், மாலை விளையாடியிருந்தால், அதுவே போதும்; விளையாட்டு அல்லது வேறு உடற் கல்வியில் பயிற்சி (Drill) ஏதும் செய்யாத நாள்களில், உடற்பயிற்சி செய்யலாம். எப்படியும் ஒரு வேளையாவது தினமும் உடற்பயிற்சி செய்ய வேண்டும்.

3.8. கண் பயிற்சி

மாணாக்கருக்குக் கண் பயிற்சி மிக அவசியம். கற்றல், படித்தல், எழுதுதல், யாவற்றிற்கும் கண்கள் பயன்படுத்தப்படுகின்றன. இதனால் கண்

இறுக்கம் இருக்கும். இப்போதெல்லாம் தொலைக்காட்சியினால், கணினியால் கண் இறுக்கம், களைப்பு அதிகமாகின்றது.

தளர் ஓய்வு (Relaxation)

உங்கள் கண்கள் சோர்ந்து போகும்போது, உள்ளங்கைகளைக்கொண்டு இரு கண்களையும் மூடி, இறுக்கத்தைத் தளரச் செய்து ஓய்வு கொடுங்கள். கைகளால் கண்களை அழுத்தக்கூடாது. மூடியதால் ஏற்பட்ட இருள் கண்களுக்கு ஓய்வு தந்து, புத்துணர்ச்சியைக் கொடுக்கும். பின்னர் விரல்களால் மென்மையாகக் கண் இரப்பையின் மீது தடவிக் கொடுங்கள். *கைகளை மூடிக்கொண்டு, கண்களைக் கசக்கி விடுதல் தவிர்க்க வேண்டும்.*

கண் பயிற்சி

நான்கு நிலைகளில் செய்ய வேண்டும். கண் தசைகள் இரத்த ஓட்டம் பெறுவதற்காகக் கண்களை பல திசைகளில் சுழற்றுகின்றோம். பயிற்சியின் மூலம் கண் உள்ளே இருக்கும் தசைகள் இறுக்கமாக ஆகாமல் தளர்ச்சி பெற்று ஓய்வு பெறும். வசதியாக அமர்ந்துகொண்டு பின்வரும் நான்கு படிகளில் கண் பயிற்சி செய்யவும்.

படி 1: கண் பார்வையை முடிந்தவரை இடமாகவும், வலமாகவும், மாறி மாறிச் செலுத்துங்கள். 5 முறை இப்படிச் செய்யவும். பின்பு உள்ளங் கைகளால் கண்களை மூடி ஓய்வு தருக.

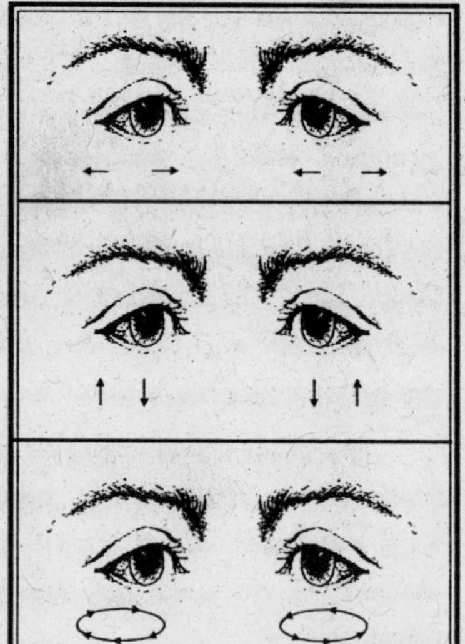

படி 2: கண்பார்வையை முடிந்த அளவு மேலும் கீழும் செலுத்துக. மாறி மாறி இப்படியே 5 முறை செய்து, ஓய்வு தருக.

படி 3: கண் பார்வையை இடது பக்கம் செலுத்தி, பின்பு மேலே, வலப்பக்கம் மற்றும் கீழ்ப்பக்கம் என்ற முறையில் சுழற்றிப் பார்க்க வேண்டும். இப்படி 5 முறை செய்யலாம். பின் ஓய்வு கொள்ளவும். முதலில் கடிகாரச் சுற்று முறையில் (வலமிருந்து துவங்கி) செய்து சற்று ஓய்வுக்குப்பின் எதிர் முறையில் (இடமிருந்து துவங்கி) 5 முறை சுழற்றவும். மறுபடியும் ஓய்வு பெறவும்.

படி 4: உங்கள் கட்டைவிரல் நகம், படிக்கும் தூரத்தில் இருக்குமாறு கண்முன் நிறுத்தவும். அதே உயரத்தில் தூரத்தில் தெரியும் ஏதாவது ஒரு பொருளை (மரம்) குறி வைத்துக்கொள்ளவும்.

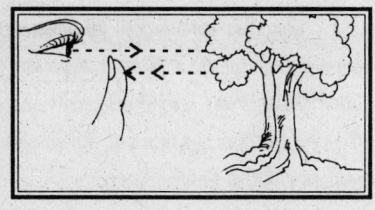

இப்போது பார்வையை தூரத்தில் இருக்கும் மரத்தின் மீது செலுத்தவும். பின், பார்வையை அருகில் உள்ள கட்டை விரல் நகத்தின் மீது செலுத்தவும். இப்படியே, மாறி மாறி 5 முறை செய்யவும். பின் கண்களை மூடி ஓய்வு கொடுக்கவும். ஓய்வு என்றால் பாமிங் (Palming). அதாவது, உள்ளங்கை முறையில் தான் கொடுக்க வேண்டும்.

இந்நான்கு பயிற்சிகளையும் தினமும் செய்து வந்தால், கண்களில் இரத்த ஓட்டம் நிறைந்து, தசைகளுக்கு வலிமை ஊட்டி பொலிவு பெறும். உடன், தினமும் கேரட் உண்டு வந்தால் மூக்குக் கண்ணாடி போடாமல் தடுக்கலாம். ஏற்கெனவே போட்டிருந்தால், கண்ணாடியின் குவிய எண் (Power) ஏறாமல் பார்த்துக் கொள்ளலாம்.

அக்குபிரஷர்: இத்துடன் உங்களுடைய விரல்களினால் கண்ணைச் சுற்றியுள்ள எலும்புகளை மென்மையாகத் தொட்டுத் தொட்டு எடுத்தால், இரத்த ஓட்டம் பெருகி, கண்கள் ஆரோக்கியமாக இருக்கும். அக்குபிரஷர் மருத்துவர், இம்முறையில் கண்ணின் பார்வையைப் பெருக்கி, கண்ணாடியின் எண்ணைக் குறைக்கலாம் என்பர்.

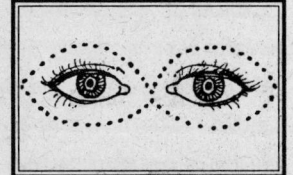

3.9. குளித்தல்

குளித்தல் பற்றி வழிகாட்டுதலா ? என்று நீங்கள் ஏளனமாகச் சிரிப்பது எனக்குக் கேட்கிறது. பரவாயில்லை. குளிப்பதனால் உடலில் இரத்த ஓட்டம் பரவி, புத்துணர்ச்சி பெறுகிறோம். நீங்கள் சோப் அல்லது குளிக்கும் மாவு (பயத்தம் பருப்பு மாவு முதலியன) போட்டு தேய்த்துக் குளிக்கும்போது, இறந்த செல்கள் (உயிரணுக்கள்) நீக்கப்பட்டு, வியர்வைத் துளைகள் திறக்கப்படுகின்றன.

உடற்பயிற்சி செய்த உடனே வியர்வையுடன் குளிக்கக்கூடாது. சிறிது நேரம் காற்றாறி வியர்வை காய்ந்தபின்னர் குளிக்கவும்.

வெயில் காலத்தில் இயற்கையான குளிர்ந்த நீரில் குளிக்கலாம். குளிர் காலத்தில் மட்டும் இளஞ்சூடான (Warm, not hot) நீரில் குளிக்கலாம். கொதிக்கும் சூட்டில் குளித்தல் நல்லதன்று. எண்ணெய் தேய்த்துக் குளிக்கும் போது மட்டும், குளிர்ந்த நீரில் குளித்தால் சளி பிடிக்கும் என்றால், சற்று சூடான நீரில் குளிக்கலாம்.

குளிக்கும் நீரின் வெப்ப நிலை நம் உடலின் வெப்ப நிலைக்குச் சமமாக இருத்தல் நல்லது (98.4^0F)

வேப்பிலைகளை குளிக்கும் நீரில் ஊறவைத்துக் குளிக்கும் பழக்கம் இருந்தால் தோல் வியாதிகளைக் குறைக்கலாம்.

மாலை அல்லது இரவில் குளிக்கும் பழக்கம் இருந்தால் குளிக்கலாம். குறிப்பாக அதிகம் விளையாடி வந்தபோது வியர்வை நாற்றம் இருப்பின் குளித்தல் நலம். (வியர்வை காய்ந்த பிறகே குளிக்கவேண்டும்) இது இரவில் நன்கு தூங்க வழி செய்யவும்.

3.10. உறக்கமும், ஓய்வும்

ஓய்வும், உறக்கமும், உடற்பயிற்சி செய்வது எவ்வளவு முக்கியமோ அவ்வளவு *முக்கியமாகும்.* மாணாக்கர்களே, நீங்கள் படிக்கும்போது ஒரு மணிக்கொரு முறை 5 நிமிடம் ஓய்வு கொடுங்கள். அறைக்குள்ளோ, வீட்டிலோ இங்கும் அங்கும் நடக்கலாம். கண்களை, மூடிக்கொள்ளலாம். அதிக நேரம் எழுதிக்கொண்டே இருந்தால் இருகைகளாலும் பிசைந்துகொண்டு இரத்த ஓட்டத்தைப் பெருகச் செய்யுங்கள்.

உறக்கம்: ஆழ்ந்த உறக்கம் உடல் நலத்திற்கு நல்லது. ஒரு நாள் முழுதும் உழைத்தபின்னர் 7 (அ) 8 மணி உறக்கம் தேவை. (தேர்வு நேரங்களில் உறக்கத்தைக் குறைத்துக்கொண்டாலும், அடுத்த நாளோ, அதிகம் படிக்க வேண்டியதில்லாதபோதோ, உடன் வரும் விடுமுறையிலோ, உறக்கத்தை ஈடுசெய்து விடுங்கள். உறக்கம் பற்றிய சில சுவையான தகவல்கள்:

- உறக்கத்தின்போது பிட்யூட்டரி சுரப்பி நன்கு செயல்பட்டு, இறந்த செல்களைப் போக்கிப் புது செல்களை உருவாக்குகின்றது.
- வெள்ளணுக்கள் பேக்டீரியாவுடன் மோதுகின்றன.
- பொதுவாக நடு இரவுக்குப்பின், நல்ல உறக்கம் வரும். (அதனால்தான் திருடர்கள் அந்த நேரத்தைத் திருடப் பயன்படுத்துகிறார்களோ !) ஆனால், ஆழ்ந்த உறக்கம் (90 நிமிடம்) சாதாரண உறக்கம் (20 நிமிடம்) என்று மாறி மாறி உறங்குவோம்.

- ஆழ்ந்த உறக்கமே உண்மையான ஓய்வையும், புத்துணர்ச்சியையும் தரும்.
- மக்னீசியம், கால்சியம் ஆகிய தாது உப்புகள் நல்ல உறக்கம் வர உதவும். வாழைப்பழம், வேர்க்கடலை, அக்ரூட், பச்சைப்பயிறு, தயிர் (இரவில் வேண்டாம்) ஆகியவை இச்சத்துகளை வழங்கி உறங்க உதவும்.
- கண்விழிக்க வேண்டிய கட்டாயம் இருந்தால் ஒழிய இரவு படுக்கப்போகுமுன் காபி அருந்தாதீர்கள்.
- தூக்கமின்மை போன்ற நோய்கள் இருக்குமாயின் உடனே மருத்துவரைப் பார்த்து, வைத்தியம் செய்து கொள்ளுங்கள். தூக்கம் இல்லை என்றால், தளர்ந்து போவீர்கள்.

3.11. நல்ல உணவும், இயற்கை வைத்தியமும்

3.11.1. தேவை

நல்ல உணவு என்றால், எளிய சமன் செய்யப்பட்ட சத்தான உணவு. அது விலை உயர்ந்த பொருள்களாக இருக்கவேண்டும் என்பதன்று. காருக்கு பெட்ரோல் போடுவதைப் போல் நம் உடலுக்கு உணவு அளிப்பதாகும். உணவு இன்றி உடம்பு திறம்பட இயங்காது.

அதிக அளவு உணவு உண்பதையும் தவிர்க்க வேண்டும். அது யானைத்தீயாக மாறிவிடும். அதிக உணவு உண்டால், இரத்தம் எப்போதும் வயிற்றுக்குச் சென்று, சோம்பலும், மூளைத் தளர்ச்சியும் ஏற்படும்.

இப்போதெல்லாம் எல்லாப் பொருள்களும் வேதியல் பொருள்களினால் மாசுபட்டுள்ளன. எனவே, காய்கறிகள், பழங்கள் எதையும் *முற்றிலும் நன்றாகக் கழுவாமல் பயன்படுத்தாதீர்கள்.*

மாணாக்கர்கள் எப்படியோ காற்று நிரப்பிய குடிபானங்கள் (கோகோ கோலா, கோக், ஃபேண்டா போன்றவை) மேல் ஒரு வெறி கொண்டுள்ளனர். எவ்வளவு சொன்னாலும் கேட்பதில்லை. சிலர் அதைப் பருகுவதை புதுமையாகவும், பெருமையாகவும் கருதுகின்றனர். இத்தகைய பானங்களில் உயிர்கொல்லும் நச்சுப்பொருள்கள் இருப்பதை அறிவியல் பூர்வமாக ஆராய்ந்து கூறியுள்ளனர். *முற்றிலும் அவற்றை நீக்குங்கள். எப்பொழுதும் இயற்கையான பானங்கள் அல்லது பழச்சாறுகளைக் குடியுங்கள்.* ஊட்டச்சத்து தரும் சூடான பானங்களும் பருகலாம். மிதமாக, டீ அருந்துவது வயிற்றுக்கு நல்லது.

3.11.2. சைவமும், அசைவமும்

போதுமான விவரம் தெரியாத மாணாக்கப் பருவத்தில், சைவர்களும், அசைவர்களாக, சகவாசத்தால் மாறுவதுண்டு. (அதன் மசாலா சுவையினால் ஈர்க்கப்படலாம்) அறிவியல் பூர்வமாக, சைவ உணவு பல வகைகளில் உடல் நலத்திற்கு ஆபத்தில்லாதது என்று கண்டுள்ளனர். சைவப்பழக்கம் உலகில் வளர்ந்தவர்களிடம் பெருகி வருகின்றனது.

அண்மையில், நம் குடியரசுத் தலைவர் மாண்புமிகு அப்துல் கலாம் அவர்களுக்கு, 'சிறந்த சைவர்' என்ற சிறப்பை 'உலகச் சைவர்களின் சங்கம்' வழங்கியது.

அசைவர்களும், கொழுப்புச்சத்து அதிகமான இறைச்சி (ஆடு, மாடு, பன்றி) போன்றவற்றைத் தவிர்க்கும்படி மருத்துவர் அறிவுறுத்துகின்றனர். மீனும், கோழிக்கறியும் அவ்வளவாகக் கெடுதல் செய்யாது என்கின்றனர். உங்கள் உணவுப் பழக்கத்தை நீங்களே தீர்மானியுங்கள்.

3.11.3. ஆரோக்கியமான உணவுப்பழக்கங்கள்

(பொதுவான சில கருத்துரைகள்)

* நீங்கள் அதிக குண்டாக இருந்தால், காலையில் வெதுவெதுப்பான நீரில் தேனும், எலுமிச்சைச் சாறும் கலந்து குடியுங்கள். உடல் மெலிய உதவும்.
* நீங்கள் ஒல்லியாக வலுவின்றி இருந்தால், இரவு படுக்கும் முன், பாலில் தேன் கலந்து குடியுங்கள். உடன் பேரீச்சம்பழமும் ஊற வைத்தோ, தனியாகவோ, சாப்பிடலாம்.
* பாதாம் கொட்டையை இரவில் ஊற வைத்து காலையில் தோலை நீக்கிச் சாப்பிடுங்கள்.
* அதிக அளவு மிளகாய், புளி, உப்பு, இனிப்பு உண்பதைத் தவிர்க்கவும்.
* இப்போதெல்லாம் மாணாக்கர்கள், போதுமான அளவு காய்கறிகள், பழங்களை உண்பதில்லை. நொறுக்குத் தீனியும், விரைவு (Fast food) உணவையும் உண்கின்றனர். இது ஆரோக்கியத்திற்கு எதிரி.
* கூடுமானவரை கீரைகளை தினமும் சேர்த்துக் கொள்ளுங்கள்.
* அந்தந்தக் காலங்களில் கிடைக்கும் எல்லாப் பழங்களையும் சாப்பிடலாம். (ஒவ்வாமை இருக்கும் பழங்களை மட்டும் விட்டு விடுங்கள்)
* 15 நாளுக்கு ஒரு முறையாவது பாகற்காய், வாழைத்தண்டு, முள்ளங்கி ஆகியவற்றைச் சேர்த்துக் கொள்ளுங்கள்.
* உலர் பழங்களாகிய பேரீச்சை, உலர் திராட்சை, பாதாம், முந்திரி, பிஸ்தா, வேர்க்கடலை இவற்றில் முடிந்தவற்றை சேர்த்துக் கொள்ளுங்கள்.

3.11.4. சில புதிய கண்டுபிடிப்புகள்

காலை உணவு உண்ணாமல் இருப்பது உடல் நலத்துக்கு ஏற்றதன்று. காலை உணவில் கொழுப்பு, புரதத்தைவிட அதிகமாக, மாவுச்சத்து இருப்பது நன்று. சப்பாத்தியுடன் சப்ஜி அல்லது இட்லி - சாம்பார், ரொட்டி, பால் சாப்பிடலாம். பழரசமும் சேர்த்துக் கொள்ளலாம்.

இட்லி, தோசை போன்றவற்றில் மாவில் ஈஸ்ட் உண்டாவதனால் நச்சுப் பொருள்களை நீக்கக்கூடிய இரும்பு, கால்சியம், பாஸ்ஃபரஸ் சத்துகள் இருக்கின்றன.

வாரத்திற்கு ஒரு முறை அல்லது இருமுறை பாகற்காய், வேப்பம்பூ போன்ற கசப்புப் பொருள்களைச் சேர்க்கவும். நோய் எதிர்ப்புச் சக்தியைக் கொடுக்கும்.

சளித்தொல்லை இருந்தால் பால், பாலடைக்கட்டி, ஐஸ்கிரீம் ஆகியவற்றை நீக்கவும். C மற்றும் A விட்டமின் சத்துக்களை எடுத்துக் கொள்ளவும். கொய்யா, ஆப்பிள், கொத்துமல்லி, நெல்லி ஆகியவற்றில் C விட்டமின் உண்டு. மிளகு ரசமும் பயன்படும்.

'மைக்ரேன்' என்னும் ஒற்றைத் தலைவலி இருப்பின் சாக்லெட், எலுமிச்சை, ஆரஞ்சு போன்ற பழங்கள், ஐஸ்கிரீம் ஆகியவற்றை நீக்கவும்.

3.11.5. சில உணவுப் பொருள்களின் சிறப்புப் பயன்கள்

உணவுப் பொருள்	எதற்கு / பயன்
1. பசலைக்கீரை, சாலட் ஆக அல்லது கடையலாக	8 மாதங்கள் பயன்படுத்தினால் நினைவாற்றல் முன்னேற்றம். புதுக்கருத்துகள் உதித்தல்
2. பிராமி அல்லது வல்லாரை	நினைவைப் பெருக்கும்
3. எலுமிச்சை சாறு, முருங்கைக்கீரை, கொய்யா, சோயா பீன்	C விட்டமின் அட்ரினல், தைராயிட் சுரப்பிகளை ஊக்குவிக்கின்றது
4. சோயா பீன், கேரட், கடலைப்பருப்பு, கோதுமை ரொட்டி, பாதாம், வறுத்த வேர்க்கடலை, வஞ்சிர மீன், பால்	மூளையைச் சுறுசுறுப்பாக்கும் காய்ச்சலுக்கு எதிர்ப்புச் சக்தி.
5. கம்பு, கேழ்வரகு, பால், தயிர், முந்திரி, பழங்கள், காய்கறிகள்	கவலையைப் போக்கி, உங்களைத் தன்னம்பிக்கையுடனும், மகிழ்ச்சியுடனும் இருக்கச் செய்யும்.

உணவுப் பொருள்	எதற்கு / பயன்
6. பப்பாளி (மாம்பழமும் ஓரளவிற்கு)	புற்றுநோய் கட்டுப்படுத்த, BP, ரத்தசோகை, மலச்சிக்கல், இதயச்சிக்கல், சிறுநீரகக் கோளாறு நீக்க, கண்களுக்கு ஒளி (A விட்டமின் + இரும்பு)
7. ஆப்பிள், ஆரஞ்சு, வேர்க்கடலை, முட்டைக் கோஸ், வெங்காயம், கேரட், கீரை, தேன், வெள்ளரிப்பிஞ்சு, மக்காச்சோளம், மீன்	தசைகளையும், நரம்புகளையும் செயல்படுத்து கின்றன. தோல் வியாதிகளைத் தடுக்கின்றது அழகு சிறக்கும் (மகளிர் கவனிக்க)
8. தக்காளி, ஸ்ட்ராபெரி, கேரட் சாறு	அழகிய தோல்
9. பாதாம், அக்ரூட், முந்திரி, வேர்க்கடலை	மக்னீசியச்சத்து தோலை நன்கு பராமரிக்கின்றது.
10. ஆப்பிள் பழரசம்	சளி, சுரம் கட்டுப்பாடு இதயத்திற்கு நல்லது
11. திராட்சைப்பழ ரசம்	மார்பகப்புற்று கட்டுப்பாடு, காமாலை, சிறுநீரகப் பிரச்சினை, இதய பாதிப்பு (attack) குறைக்கும்.
12. சுக்கு காபி, இஞ்சி, பூண்டு, பழச்சாறு	நல்ல ரத்த ஓட்டம். வெள்ளணுக்கள் செயல்பாடு. இதயபாதிப்பு, முடக்குவாதம் தவிர்க்க.
13. புதினா சட்னி (அ) சாறு அல்லது புதினா டீ ஏதாவது ஒரு வடிவில் தினம் பயன்படுத்துவது நலம்	அஜீரணக்கோளாறுகளைப் போக்கும், வாயு, வாந்தி, ஆஸ்த்மா, சளி, இருமல், காமாலை, மலச்சிக்கல், கல்லீரல், பித்தப் பிரச்சினை, பசி இன்மை, உலர் தோல், காய்ச்சல், போக்க உதவும். குரல் வளம் பெருகும்.

இக்குறிப்புகளை இரு வழிகளில் பயன்படுத்தலாம்.

1. எல்லா, நல்ல பொருள்களிலும் சிலவற்றை, ஏதாவது ஒரு வடிவில் அடிக்கடி பயன்படுத்தினால் ஆரோக்கியம் காக்கலாம்.

2. உங்களுக்கோ, நண்பர்களுக்கோ, உறவினருக்கோ, ஏதாவது நோய் உண்டானால், வழக்கமான வைத்தியத்துடன் அதற்கேற்ற பொருளையும் உண்டுவந்தால், விரைவில் குணமடைய உதவும். இவற்றில் ஏதேனும் சில பொருள்கள் உங்களுக்கு ஒவ்வாது (allergic) என்றால் அவற்றை நீக்கி விடவும்.

சிறந்த உணவின் மூலம் பக்கவிளைவு இல்லாத இயற்கை வைத்தியம் கிடைக்கும்.

3.11.6. இயற்கை வைத்தியத்திற்கு நீர்!

நண்பர்களே! பின்வரும் கருத்துகளைக் கவனத்திற்கொண்டு பயன்படுத்திக்கொள்ளுங்கள்!

- தினமும் 2 முதல் 3 லிட்டர் நீர் குடியுங்கள்.
- காலை எழுந்தவுடன் 2 முதல் 5 குவளை (டம்ளர்) (400 முதல் 800 மிலி) தண்ணீர் குடியுங்கள். இது உங்கள் வயிற்றையும் முழு உடலையும் துய்மைப்படுத்தும். நச்சுகள் வெளியேறும்.
- நெஞ்செரிச்சல், தலைவலி, மூக்குவலி, முதுகுவலி, களைப்பு, மலச்சிக்கல் ஆகியவை போதுமான அளவு உடலில் நீரின்மையால் ஏற்படும்.
- நம் உடலின் பெரும்பங்கு நீரே. இதன் மூலம் உடலின் நச்சுப் பொருளும், கழிவும் முறையாக வெளியேற தொடர்ந்து நீர் அருந்த வேண்டும்.
- உணவின்றி பல நாள் உயிர் வாழலாம். ஆனால் நீரின்றி முடியாது.
- புற்றுநோய் நச்சுகளை நீக்கவும், இரத்தக்குழாய்கள் தடிப்பாவதைத் தடுக்கவும் நீர் உதவுகின்றது.
- போதுமான நீர் குடிக்காவிட்டால் நீங்கள் மெலிந்து, காய்ந்து போனதுபோல் இருப்பீர்கள். போதுமான நீர் பருகினால் முகமும், தோலும், பொலிவும் அழகும் பெறும். (மகளிருக்கு எளிய வழி)
- தேர்வுக்குத் தொடர்ந்து படிக்கும்போது அடிக்கடி தண்ணீர் பருகி, சிறுநீர் கழிக்க வேண்டும். மூளையின் கடின உழைப்பால் ஏற்பட்ட நச்சுகளை வெளியேற்ற இது அவசியம். இல்லையெனில் நீங்கள் களத்துப்போவீர்கள்.

3.12. நோயென்பது என்ன?

உயிர், உடலில் தான் வாழ்கின்றது. உயிர் எப்படித் தோன்றியது என்பதற்கு பல கொள்கைகள், விளக்கங்கள் உண்டு. இவற்றையெல்லாம் நாம் விவாதிக்க வேண்டியதில்லை. ஏனெனில், இப்புத்தகத்தின் நோக்கம் அஃதன்று.

உடலின் செல்களில் உள்ள *உயிர் மின்னோட்டம் அல்லது உயிர்சக்தியின் தொகுப்பே உயிர்.* உயிர்சக்தி உடலில் உள்ள உயிர் வேதியல் பொருள்களின் மூலம் பராமரிக்கப்படுகின்றது.

இரத்த ஓட்ட முறைமை (System), சுவாச முறைமை, செரிமான முறைமை, கழிவு அகற்றும் முறைமை ஆகியவை நல்ல இரத்தத்தின் மூலம் பிராணவாயு, உயிர்ச்சத்துகள் வழங்கவும், கரியமிலவாயு, மற்ற கழிவுகளை அகற்றவும் பயன்படுகின்றன. ஆண்டவன் (அ) இயற்கை நம் உடலின் ஒவ்வொரு உறுப்பையும் ஒரு முக்கிய செயல்பாட்டிற்காகப் படைத்துள்ளார். எல்லாம் முக்கியமே. ஒன்று பழுது பட்டால் மற்றவையும் பழுது படும் (குடல் வால் ஒன்று தான் முக்கியச் செயல் இன்றி, சில சமயம் உயிர்க் கொல்லியாகவும் மாறலாம்).

உடலின் எந்தப் பகுதியிலாவது தொடர் சுழற்சி (இரத்த ஓட்டம், காற்று, சத்து, கழிவகற்றம்) தடைப்பட்டால், அங்கு நோய் தோன்றுகின்றது. சிலசமயம் இத்தடை சுற்றுச்சூழல் பாதிப்பால் ஏற்படலாம். (திடீர் குளிர், வெயில்) அல்லது உடலைச் சரிவர பராமரிக்காததாலும் ஏற்படலாம்.

பெரும்பாலும் பின்வரும் செயல்கள் தொடர்ந்து செயல்பட்டால் நோய் வராது.

- உடலையும் சுற்றுச்சூழலையும் கழிவுகளை நீக்கிச் சுத்தமாக வைத்திருத்தல்.
- இரத்த ஓட்டம் சீராகப்பரவ உதவும் மூச்சுப்பயிற்சி, உடற்பயிற்சி, யோகா, நடைப்பயிற்சி ஆகியவை செய்தல்.
- உடல் உயிரணுக்களைப் (செல்கள்) பராமரிக்க தேவையான உயிர் வேதியல் பொருள்களை வழங்குவதற்குப் போதுமான அளவு உணவை சரியான நேரத்தில் எடுத்துக்கொள்ளுதல்
- போதுமான ஓய்வும், உறக்கமும் உடல் உறுப்புகள் மீண்டும் புதுப்பித்துக்கொள்ளும் வகையில் மேற்கொள்ளல்.
- இவற்றில் எங்கேனும் தடை ஏற்படின், சிறிது சிறிதாக நோய் தோன்ற வாய்ப்பு உண்டு. நினைவில் கொள்ளுங்கள். நோய் வராமல் தடுத்துக்கொள்வதே வைத்தியத்தை விட சிறந்தது.

3.13. வைத்தியம் (அ) மருத்துவம்

3.13.1. பொதுக்கருத்துகள்

தடுத்து நிறுத்த முறையாக மேற்கொண்ட முயற்சிக்குப் பின்னும் ஏதேனும் நோய் வருமானால், இயற்கை வைத்தியம் செய்துகொள்ளலாம். காய்கறிகள், பழங்கள், மூலிகைகள் (கீரைகள் போன்றவை) ஆகியவற்றிற்கு சிறப்பான நோய்தீர்க்கும் குணங்கள் உண்டு (3.11-இல் இது

விவாதிக்கப்பட்டது). நம் வீட்டு வைத்தியம் அல்லது பாட்டி வைத்தியம் பல நோய்களை எளிதில் குணமாக்கும்.

இப்பொழுதுதெல்லாம் மாற்று மருத்துவ முறைகள் உருவாகியுள்ளன. முதலில் தீங்கு விளைவிக்காத முறையைப் பயன்படுத்துங்கள். முடியாதபோது தகுந்த மாற்றுமுறைக்குப் போகலாம். ஒவ்வொரு மருத்துவ முறைக்கும் சில குறிப்பிட்ட நோய்களைச் சிறப்பாக குணமாக்கும் தன்மையுண்டு.

3.13.2. ஆயுர்வேதம், சித்தா, யுனானி முறைகள்

ஆயுர்வேத முறை பழம்பெருமை மிக்க வேதங்களைச் சார்ந்தது. சித்தர்கள் கண்டுணர்ந்த முறை சித்த வைத்திய முறை. சாதுக்களும் முனிவர்களும் ஆராய்ந்துணர்ந்தவை. யுனானி அரேபிய நாட்டு முறை. முகலாயர்கள் காலத்தில் பழக்கத்துக்கு வந்தவை. எல்லாமே தொன்மையும் தீங்கற்றத் தன்மையும் கொண்ட சிறந்த முறைகள். சில சமயம் குணம் விரைவில் ஏற்பட சில பத்தியங்கள் வைப்பதுண்டு. சித்தா முறையில் *பற்பம் (அ) பஸ்பத்தை மட்டும் கூடுமான வரையில் சாப்பிடுவதைத் தவிர்த்து விடுங்கள்.* பஸ்பங்கள் மிக எச்சரிக்கையுடன் புடமிட்டுச் செய்யப்பட வேண்டியவை; புடம் முறைப்படி செய்யப்படவில்லையென்றால் பஸ்பம் சிறுநீரகத்தைப் பாதிக்க வாய்ப்புண்டு.

ஒருசில மருந்துகள், பதப்படுத்தப்படாமல் அல்லது கசப்புடனும், வாடையுடனும் இருக்கலாம். உங்களுக்கு எது பிடிக்கிறதோ அதை எடுத்துக்கொள்ளுங்கள். இப்போதெல்லாம் ஆங்கில மருத்துவத்துக்கு இணையாகப் பெரும் நிறுவனங்கள் ஆயுர்வேத மருந்துகளைத் தயாரித்து விற்கின்றன. (டாபர், ஹிமாலயா போன்றவை) இவை எளிய முறையில் கேப்ஸ்யூலாகவோ, மாத்திரையாகவோ கிடைக்கின்றன. இதேபோல் சித்தா, யுனானிக்கும் நிறுவனங்கள் உள்ளன. இவை உண்பதற்கு எளிது, பக்கவிளைவுகள் இரா. நன்கு குணமாக்கும். இதனால் இப்போது ஆயுர்வேத மருத்துவம் உலகெங்கிலும் பரவி வருகின்றது. இந்நோய்க்கு இது என்று குறிப்பிட்ட மருந்துகளும் வந்துள்ளன. தமிழகத்தில், இம்மூன்று மருத்துவ முறைகளிலும் மருந்து தயாரிக்கும் கூட்டுறவு நிறுவனம் உள்ளது. இவற்றின் மருந்துகள் மலிவானவை, சிறந்தவை.

3.13.3. உயிர்வேதியல் முறை (Biochemic System)

டாக்டர் ஷுஸ்லெர் என்ற ஜெர்மன் நாட்டு மருத்துவர் 1872-இல் இம்முறையை ஏற்படுத்தினார். அவர் உடல் ஆரோக்கியத்திற்குத் தேவையான இரும்பு, கால்சியம், மக்னீசியம், பொட்டாசியம், சோடியம்,

க்வார்ட்ஸ் சார்ந்த 12 உப்புக்களைக் கண்டறிந்தார். இந்த 12 உப்புகளில் எது குறைந்தாலும் நோய் தோன்றும் என்றும் கண்டறிந்தார். உயிர் மின்னோட்டம் உடலில் தொடர்ந்து இருக்க வேண்டும் என்றால் உயிர்வேதியல் பொருள்கள் மிக மிக அவசியம்.

நீங்கள் தேர்வின்போது, உங்கள் மூளை மற்றும் நரம்பு மண்டலம் அதிகம் செயல்பட்டுச் சோர்வடையும்போது, கால்சியம், பாஸ்ஃபேட் அதனைச் சரி செய்ய உதவும். இதனால், மருத்துவர் 'காலிஃபாஸ்' (Kaliphos) என்னும் மருந்தை 6x அல்லது 12x வீரியத்தில் கொடுப்பார். நீங்கள் தேர்வுக்கு முன்னால் படிக்கும்போது இதைச் சாப்பிடலாம். இது ஹோமியோபதி மருந்து கடைகளில் கிடைக்கும். 12 அடிப்படை மருந்துகளின் பெட்டகம் அல்லது இவற்றின் சேர்க்கையால் ஆன குறிப்பிட்ட நோய்க்கான மருந்துகளும் கிடைக்கும். ஆங்கில மருத்துவத்தில் மருந்தின் வீரியத்தை மில்லி கிராம் என்று குறிப்பதுபோல், உயிர்வேதியல் முறையிலும், ஹோமியோபதி முறையிலும் 3x, 6x, 12x, 30x என்றெல்லாம் குறிப்பிடுவர். x என்பது வீரிய நிலை.

3.13.4. ஹோமியோபதி முறை

டாக்டர் சாமுவேல் ஹானிமன் என்பவர் ஜெர்மன் நாட்டைச்சார்ந்த, அலோபதி என்னும் ஆங்கில முறையில் பயின்ற மருத்துவர். அந்நாள் ஆங்கில மருத்துவம் நோய்களைக் குணப்படுத்துவதற்குப் பதிலாக, அவற்றின் அறிகுறிகளை உள்ளமுக்கி மறைத்தது. பல எதிர்ப்புகளுக்கிடையே அலோபதி மருத்துவத்தில் மனநிறைவு கொள்ளாமல், ஹோமியோபதி மருவத்துவ முறையைக் கண்டறிந்தார். அலோபதி மருத்துவர்கள் சங்கம் இவரைச் சொந்த ஊரை விட்டு விரட்டியது.

இது, உடலின் உயிர்ச்சக்தியின் அடிப்படையில் அமைந்த மிகச் சிறந்த முறை. இது, நோயாளியின் உயிர்ச்சக்தி குறைபாட்டினை நிறை செய்யும் வகையில் இயங்குகின்றது. அறிகுறிகளுக்கு மட்டும் மருத்துவம் இல்லை. **உதாரணம்:** தலைவலி, இது மன இறுக்கத்தால், வாந்தியால், மலச்சிக்கலால், கண்பார்வை கோளாறால் ஏற்படலாம். ஆனால் அலோபதி முறையில் முதலில் தலைவலியை உள்அமுக்கி மறைக்கும் நோய் நிவாரணி (Pain-killer) தான் கொடுக்கப்படும். அப்படியே சரியாகி விட்டால் விட்டுவிடுவர், தொடர்ந்தால்தான் பிற காரணங்கள் ஆராயப்படும். ஆனால் ஹோமியோபதி முறையில் தலைவலி என்ற அறிகுறிக்கான அடிப்படைக் காரணம் என்ன, இது ஏற்பட்டவரின் உடல், மன, பாரம்பரிய நிலை என்ன என்பதை அறிந்து, குறிப்பிட்ட நோயுடைய நோயாளிக்கு மருந்து கொடுக்கப்படுகிறது. அலோபதி

மருந்துகள் பெரும்பாலும் வேதியல் பொருள்கள் ஆகும். அதனால் பக்க விளைவுகள் அதிகம்.

ஹோமியோபதி மருந்து தனி மனிதரின் குறைக்கான காரணம் அறிந்து, உயிர்ச் சக்தியைச் சமநிலைப்படுத்த முயல்கிறது. பெரும்பாலும் பக்கவிளைவுகளே கிடையாது. சில மருந்துகள் சற்று மெதுவாகச் செயல்பட்டாலும். அது நிலையாகவும், நிச்சயமாகவும் நோய் போக்கும். மருந்து சாப்பிடுவது எளிது. எல்லாம் சில துளி மருந்துகளுடன் கூடிய சர்க்கரைச் சிற்றுருண்டைகள். குழந்தைகளும் எளிதில் சாப்பிடுவர். நாள்பட்ட வியாதிகளுக்கு மிகவும் உகந்தது. உடனடி நிவாரண நோய்களுக்கு மருத்துவர் தகுந்த மருந்தைக் கண்டுபிடித்துக் கொடுக்காதபோது சற்று தாமதமாகலாம். ஆனால் மேலும் பல வகையில் வளர்ச்சி பெறும் இம்முறை, இப்போது உலகில் பிரபலமாகி வருகின்றது.

3.13.5. அலோபதி மருந்துமுறை

இம்முறையில் சில நன்மைகள் உண்டு, நோய்க்கான காரணத்தையும் நிலையையும் (level) கண்டுபிடிக்க பல நவீன சோதனை முறைகளும், கருவிகளும் இம்முறையில் உண்டு. *குறையறிமுறை இம்மருத்துவத்தின் சிறப்பு.* ஆனால், சில இதயமற்ற மருத்துவர்கள் குறையறிதல் என்ற பாசாங்கில் எல்லா விதமான விலையுயர்ந்த சோதனைகளையும் பணத்திற்காக செய்து வரும்படிக் கூறுவர். உண்மையிலேயே திறமை வாய்ந்த மருத்துவர், நோய்க்கான ஒரிரு காரணங்களை யூகித்து அதை உறுதி செய்ய ஒன்றிரண்டு சோதனைகளைக் கொடுப்பார். ஆனால் ஒரு சிலர் தவறாக பணக்குறிக்கோளோடு வாழ்ந்தாலும் இதயமுள்ள நல்ல மருத்துவர்கள் அதிகம் உண்டு.

சில நோய்களை இம்முறையில் மட்டுமே விரைவாகவும் முற்றிலுமாகப் போக்க முடியும். குறிப்பாக அறுவை சிகிச்சை தேவைப்படும் ஹெர்னியா (குடலிறக்கம்), மூலவியாதி, கண் புரை இவற்றில் அலோபதியில் நல்ல நவீன முறைகள் உண்டு.

3.13.6. அக்குபிரஷர்

நம் உடலின் அனைத்து உறுப்புகளும் (தலை, இதயம், வயிறு, கண்கள், காதுகள் ...) மூளையுடனும், மைய நரம்பு மண்டலத்துடனும் தொடர்பு கொண்டுள்ளன. உடலின் உயிர்ச்சக்தி அல்லது உயிர் மின்னோட்டம் இவற்றின் வழி செலுத்தப்படுகின்றது. இந்த மின்னோட்டம் தடையின்றி செல்லும் வரை உடல் ஆரோக்கியமாக இருக்கும். இந்நரம்புகள்

உள்ளங்கைகளிலும் உள்ளங்கால்களிலும் முடிவுப் புள்ளிகளைக் கொண்டுள்ளன.

அக்குபிரஷர் முறை பழங்கால முதலே பழகிவரும் அறிவியல். இந்தியாவிலும், சைனாவிலும் இம்முறை இருந்துள்ளது. மிக எளிய அற்புதமான முறை. ஒவ்வொரு உறுப்புடனும் தொடர்புடைய முடிவுப் புள்ளிகளைப் (கை, கால்களில் அமைந்தவை) பயன்படுத்தி உயிர்மின்னோட்டம் தடையின்றிச் செல்லச் செய்து, நோய்களைக் குணமடையச் செய்கின்றது. உள்ளங்கைகள், உள்ளங்கால்கள் 'ஸ்விட்ச்' பலகை போன்று செயல்படுகின்றன.

இஃதோர் அருமையான அறிவியல் முறை. இதில் தனித் தேர்ச்சி பெற்ற வல்லுநர்கள் அனேகமாக எல்லா நோய்களையும் குணப்படுத்துவர். சிறிதும் தீங்கற்றது. திறமையானது. இதனை உங்களைப்போன்ற மாணாக்கர்கள் எளிதில் கற்றுப் பயனடையலாம். மருந்தில்லை. பக்கவிளைவுகளும் இல்லை.

இதுபற்றி நிறைய நூல்கள் உள்ளன. உங்களுக்கு ஆர்வம் இருப்பின் ஓய்வு கிடைக்கும்போது படித்துப் பழகுங்கள். 'அக்குபஞ்சர்' என்பது இதன் விரிவான முறை. இதை எல்லோரும் பயன்படுத்த முடியாது பயிற்சி பெற்ற மருத்துவரே பயன்படுத்த முடியும். இம்முறையை வல்லுநர் நரம்புப்பாதையில் உள்ள குறிப்பிட்ட புள்ளிகளில் மெல்லிய ஊசியை மெதுவாகச் செலுத்துவார்கள். இதன்வழி உயிர்ச்சக்தி ஊக்குவிக்கப்படுகிறது. மருத்துவம் படிக்க ஆர்வம் உள்ளவர்கள் இத்துறையிலும் 'டாக்டர்' பட்டம் பெறலாம்.

உங்கள் இரு உள்ளங்கைகளிலும் *உள்ள எல்லாப்புள்ளிகளையும், காலையும், மாலையும் 5 நிமிடம் விட்டு விட்டு அழுத்தி செயல்படுத்தவும்.* கட்டை விரலால் அழுத்தவும், பின்பு விடவும், மறுபடியும் அழுத்தவும், பின்பு விடவும். *பம்ப் அடிப்பது போன்று செய்ய வேண்டும்.* வலது கட்டை விரலை இடது உள்ளங்கையைச் செயற்படுத்தவும், இடது கட்டைவிரலை வலது உள்ளங்கையை செயற்படுத்தவும் உபயோகியுங்கள். இது உங்களை துடிப்புடனும் சுறுசுறுப்புடனும் இருக்கச் செய்யும். நம் முன்னோர்கள் காலையில் எழுந்ததும் இரு உள்ளங்கைகளையும் பிசைந்தாற் போன்று செய்து பார்ப்பர்.

குறிப்பிட்ட சில பயனுள்ள புள்ளிகள்

சமச்சீராய் உள்ள எல்லா உறுப்புகளுக்கும் புள்ளிகள் அந்தந்த உள்ளங்கைகளில் இருக்கும். உதாரணம்: கண்கள், காதுகள், நடுவாக

அமைந்துள்ள உறுப்புகளுக்கும் சமச்சீராய் இரு உள்ளங்கைகளிலும் புள்ளிகள் இருக்கும். உதாரணம்: மூளை, வயிறு, குடல், மூளைக்குரிய புள்ளி B என்று படத்தில் குறிபிடப்பட்டுள்ளது. முக்கிய நாளமில்லா சுரப்பியின் புள்ளிகளும் (P,A,T), கண் (E), மூளை நரம்பு (M), தலை நரம்பு (H), வயிறு (S) ஆகியவற்றின் புள்ளிகளும் படத்தில் குறிக்கப்பட்டுள்ளன. தொடர்ந்து படிக்கும் போது, B,H,M,E ஆகிய புள்ளிகளை 2 நிமிடம் அழுத்தி அழுத்தி விடவும். சளியால் அவதியுறும்போது C புள்ளியை அழுத்தவும்.

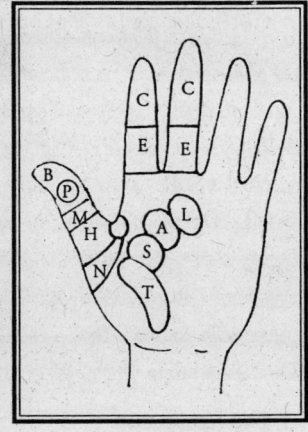

சளிக்கான மருந்து சாப்பிடுவதுடன் இப்படிச் செய்யும்போது நோய் விரைவில் குணப்படும்.

3.13.7. ரேய்க்கி முறை

நம்முடைய கை விரல்களை சேர்த்துவைத்து அவற்றின் வழி நம்முடைய உயிர்ச்சக்தி (அ) உயிர் மின்னோட்டம் (அ) உயிர்க்காந்தச் சக்தியை செலுத்தும் அறிவியல் பூர்வமான மற்றொரு முறை **ரேய்க்கி முறையாகும்**. ரேய்க்கி (Reiki) என்றால் **அண்டத்தின் உயிர்ச்சக்தி** (Universal Life Energy) என்று பொருள். இம்முறையில் நன்மை

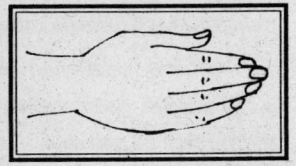

பெற நீங்கள் யாவர் மீதும் அன்பு செலுத்தும் நல்ல இதயம் படைத்தவராக இருக்க வேண்டும். உங்கள் உயிர்மின்னோட்டத்தைப் பாதிக்கும் எதிர்மறை மனயெழுச்சிகள் இருக்கக் கூடாது. உங்களிடம் கோபம், பயம், பொறாமை, பழிக்குப்பழி வாங்கும் உணர்வு, பேராசை, அளவு கடந்த பாலியல் பழக்கங்கள், குழப்பம், உயர்வு - தாழ்வு மனப்பான்மை இவையெல்லாம் இருக்கக் கூடாது.

பாதிக்கப்பட்ட உடற்பகுதியை நேர்மையான, நல்ல உணர்வுகள் உள்ள ஒவ்வொருவரும், தன் உயிர்ச் சக்தியைக் கொண்டு ஊக்குவித்துச் சரி செய்யலாம் என்று இம்முறை கூறுகின்றது. நாம் அனைவரும் இந்த அண்ட சராசரத்தின் சக்தியின் ஒரு பகுதியே; அண்டத்தின் சக்தியை நாம் தியானத்தின் வழி பெறலாம்.

உங்கள் உயிர்மின்னோட்டத்தைச் செலுத்தி களைப்பை **தீர்க்கக்கூடிய சில முக்கியப் பகுதிகள்:** தலை, கழுத்து, இதயம், கல்லீரல் மற்றும் கண்கள்.

உங்கள் இரு கைகளின் உள்ளங்கைகளை பாதிக்கப்பட்ட உடற்பகுதியில் வைத்து அன்புடனும், அருளுடனும், பின்வருமாறு கருத்துரையுங்கள்: ‘இந்த அண்டத்தின் உயிர்ச்சக்தி, என் உயிர்ச்சக்தியின் வழி செல்லுகின்றது. என் உடற் கூறு (தலை) சக்தி பெறுகின்றது. குணமாகின்றது. ரேய்க்கி பற்றியும் பல நூல்கள் இப்போது வந்துள்ளன. அவற்றை ஓய்வு கிடைக்கும்போது ஆர்வம் இருப்பின் படிக்கவும். இதையும் தொழிலாகவும் மேற்கொள்ளலாம்.

3.14. முடிவுரை

இப்பகுதியில் ஆரோக்கியமாகவும், தகுதியுடனும், உடல் நலத்தைக் காக்கவேண்டியதன் அவசியம் வலியுறுத்தப்பட்டது. இயற்கையாக உங்கள் வயதுக் குழுவினரிடம் ஏற்படக்கூடிய உடல் வளர்ச்சி மாற்றங்கள் பற்றி கூறப்பட்டதுடன் நீங்கள் இயற்கையின் வரப்பிரசாதமாகிய இந்த வளர்ச்சி மாற்றங்களை, உங்களுடைய நலனுக்காகவும், முன்னேற்றத்திற்காகவும் பயன்படுத்த வேண்டும் என்று அறிவுரைக்கப்பட்டது.

நான்கு முக்கிய காரணிகளான நல்ல ஆரோக்கிய பழக்க வழக்கங்கள், உடற் பயிற்சி, நல்ல உணவு, ஓய்வு இவற்றைப்பற்றி விளக்கப்பட்டது. காலை எழுவதின் நன்மை, பற்களை துலக்குவதற்கான குறிப்புகளும் விளக்கப்பட்டன. பிராணாயாமத்தின் பயன் முறை, கண் பயிற்சி, குளிப்பதற்கான குறிப்புகள், உறக்கம் பற்றிய புதுக்கருத்துகள் யாவும் இப்பகுதியில் விவரிக்கப்பட்டன.

நல்ல உணவுப் பழக்கங்கள் பற்றியும், எப்படி நல்லுணவே வைத்தியமாக உதவும் என்பதும் நீங்கள் அவ்வகையில் முயற்சித்துப் பயனடையும் பொருட்டு விளக்கப்பட்டன. எப்படி நோய் உண்டாகிறது, அவற்றைப் போக்க உருவாகியுள்ள எளிய வைத்திய முறைகளின் சுருக்கமான கருத்துகள் எடுத்துரைக்கப்பட்டன. குறிப்பாக, உங்கள் படிப்பிற்காகவும் வெற்றிக்காகவும் எப்படிப் பயன்படுத்தலாம் என்றும் கூறப்பட்டது. வைத்திய முறைகள் ஒவ்வொன்றும் மாபெரும் அறிவியல் பாடங்கள். அவற்றை முழுவதும் படிப்பதும் பயன்படுத்துவதும் நம் இப்போதைய நோக்கமன்று.

நம் நோக்கம், அடிப்படைக் கருத்துகளைத் தெரிந்துகொண்டு, நம் உடல் நலனுக்காகவும், நன்கு படிப்பதற்காகவும் எப்படிப் பயன்படுத்தலாம் என்பதே; இவற்றை நீங்கள் பின்னால் மேற்கொள்ளக்கூடிய மருத்துவம்பற்றி பலவகை

முறைகளின் முன்னுரை விவரங்களாகவும் கொள்ளலாம். உங்கள் விருப்பத்தைக் கண்டறிய இவ்வடிப்படைக் கருத்துகள் உதவலாம். அதாவது, ஒருவகை தொழில் வழிகாட்டுதலாகக் கொள்ளலாம். உங்கள் இப்போதைய முன்னேற்றத்திற்கும் பயன்படுத்தலாம்.

என் அருமை நண்பர்களே! இங்கு விளக்கப்பட்ட கருத்துகளையும், நுணுக்கங்களையும் உங்கள் உடலை ஆரோக்கியமாகவும், எந்தத் தொழிலுக்கும் தகுதியுடையதாக இருக்கும்படியும் வளர்த்துக்கொண்டு, திறமையுடன் படித்து, உங்கள் வாழ்க்கைக் குறிக்கோளை வெற்றியுடன் பெற வாழ்த்துகிறேன்.

4

மனத் திறன்களை மலரச்செய்யுங்கள்

ஒரு மனிதன் அவன் எண்ணங்களின் வடிவமாகிறான்;
அவன் என்ன என்னுகின்றானோ அதாக ஆகின்றான்

– **மகாத்மா காந்தி**

4.1. உடல், உள்ளத் தொடர்பு

உடல் முக்கியமானதே. ஆனால் வெறும் உடற்கட்டை வளர்ப்பது மட்டும் நமக்கு உதவாது. உள்ளமும் வளர்ச்சி பெற வேண்டும். உடலின்றி உள்ளம் தனியாகச் செயல்படாது. உடலின் வழியே உள்ளத்தை உணர்கின்றோம். உள்ளத்தை (மனதை) வரையறுப்பது மிகக் கடினம். மனதைப் பற்றிய வரையறுப்பதற்கான ஆராய்ச்சி, அரிஸ்டாட்டில் *(384 - 322 கி.மு.)* முதல் நடைபெறுகின்றது. பெரும்தத்துவஞானிகளும், உளவியலறிஞர்களும் (உள்ளம் பற்றி ஆராயும் அறிவியலார்கள்) உள்ளத்தை அதன் பல கோணங்களில் வரையறுத்துள்ளார்கள்.

நம்முடைய இப்போதைய நோக்கம் உள்ளம் பற்றி ஆராய்வது அன்று; கிடைக்கும் ஆராய்ச்சி முடிவுகளை, நம் முன்னேற்றத்திற்காகவும், நம் மூளையின் செயல்பாட்டை வளர்த்துக்கொள்வதற்காகவும் பயன்படுத்துவதுதான். மனம் என்பது மூளையும் அதைச் சார்ந்த நரம்பு மண்டலமும் *செயல்படுவதாகும்.* (Function). மூளை இல்லையேல் மனமும் இல்லை. *நனவு மனம், உள்மனம், நனவிலி மனம்* என்று மூன்று நிலைகளின் தொகுப்பே மூளையின் செயல்பாடு ஆகும். இம்மூன்று நிலை மனங்களின் செயல்பாடுகளின் மூலம் மனிதன் தன் திறமைகளையும், அறிவாற்றலையும் பெருக்கிக் கொள்கிறான். மூளையின் செயல் திறன் சிறக்க உளவியலறிஞர்கள் பல நுணுக்கங்களைக் கண்டறிந்துள்ளனர். நம்முடைய வெற்றிக்காக மன ஆற்றல்களைப் பெருக்கிக்கொள்ள, இந்நுணுக்கங்களை நாம் கற்றுக்கொள்வோம்.

4.2. செயலுக்கு எண்ணமே மூலம் / அடிப்படை

'மனிதன்' மூளையின் செயல் திறனைச் சிந்திப்பதன் மூலம் வளர்த்துக் கொண்டான். சிந்தனைத்திறன் சொல் வடிவிலும், எழுத்து வடிவிலும் மொழி

வளர வழி செய்தது. பரிணாம வளர்ச்சிக் கொள்கைப்படி, ஒவ்வொரு உயிரும், மேலும் சிறந்த பரிணாமம் பெற முயற்சிக்கின்றது. பகுத்தறியும் ஆற்றலால் மனிதன், நல்லது கெட்டதைப் பிரித்தறியும் ஆற்றல் பெற்றுள்ளான். மனதின் பகுத்தறியும் ஆற்றல் (மனசாட்சி) இல்லை எனில், நல்ல செயல், கெட்ட செயல் என்றேதுமில்லை.

'எந்தச் செயலையும் நன்கு செய்ய வேண்டுமெனின், முதலில் அதைப்பற்றிச் சிந்திக்க வேண்டும்.

எண்ணிய எண்ணியாங்கு எய்துப எண்ணியார்
திண்ணிய ராகப் பெறின் **- குறள் 666**

இது திருவள்ளுவப் பெருந்தகையின் தீர்க்கதரிசன வாக்கு. *எதைச் சாதிக்க வேண்டுமோ அதைப்பற்றி மீண்டும் மீண்டும் சிந்தியுங்கள். அதைச் சாதிப்பேன் என்று திண்ணமாக, உறுதியாக, எண்ணுங்கள். நம்புங்கள். இதுவே நற்செயலின் ரகசியம், வெற்றியின் ரகசியமும் கூட.* இந்த ரகசியத்தை இமாலய வெற்றி பெறப் பயன்படுத்திக் கொள்ளுங்கள். இனி உள்ளத்தை ஒருமுகப்படுத்துதல் பற்றி காண்போம்.

4.3. ஒருமுகப்படுத்துதல் (Concentration)

எந்தத் துறையில் வெற்றி பெறுவதற்கும் அடிப்படைப்படி, உள்ளத்தை ஒருமுகப்படுத்துவதாகும். ஒரு சிற்பி கல்லிலிருந்து ஒரு சிற்பத்தை வடிக்கும்போது அவர் எப்படி தன் உள்ளத்தை முழுமையாக ஒருமுகப்படுத்தி, சிலையைச் சிறப்பாக வடிவமைப்பதிலேயே முழுமையாக மூழ்கிச் செயல்படுகிறார் என்று பாருங்கள்! தன்னைச் சுற்றி என்ன நடக்கிறது என்பதே அவருக்குத் தெரியாது; மாறாக சிலையின் கண், காது, ஆகியவற்றை தான் எண்ணியபடி சிறப்பாக அமைப்பதிலேயே கவனம் செலுத்துவார்.

எந்த ஒரு கலை அல்லது கைத்தொழிலையும் செய்யும்போது ஏற்படும் மன நிலை இதுதான். இவ்வாறே, தன்னை முன்னேற்றிக்கொண்டு தன் குடும்பத்தின் புகழைப் பெருக்க விரும்பும் மாணாக்கரும் இதுபோன்ற மன ஒருமைப்பாட்டைப் பெற முயற்சிக்க வேண்டும். மன ஒருமைப்பாடுதான் மன உறுதியை ஏற்படுத்தும். மன உறுதிதான் எதையும் சாதிக்க அடிப்படையாகும்.

நீங்கள் வகுப்பறையில் அமர்ந்து கவனிக்கும்போதோ அல்லது வீட்டில் படிப்பதற்கு அமரும்போதோ, பள்ளியிலும், வீட்டிலும், உங்களைச் சுற்றிலும் நடந்த நிகழ்ச்சிகள் உங்கள் நினைவில் வந்து கவனத்தைச் சிதறச் செய்யும்.

இதனால் நீங்கள் மனதை ஒருமுகப்படுத்த முடிவதில்லை. இப்போது **ஒருமுகப்படுத்தல் என்றால் என்ன என்று பார்ப்போம்.**

மனம் ஒரு குரங்கு, ஒன்றிலிருந்து மற்றொன்றிற்குத் தாவிக்கொண்டே இருக்கும். நீங்கள் மேற்கொண்டுள்ள ஒரு செயலில் மனம் நிலைத்து, அதனைச் சிறப்பாக முடிக்க வேண்டுமென்றால் உங்களுக்கு மனம் ஒருமுகப்படுத்தப்பட்டு இருக்க வேண்டும். காற்றில் அலைபாயும் ஒளிச்சுடராய் இருக்கக்கூடாது. காற்றில்லாமல் மூடிய அறையுள் வைக்கப்பட்ட விளக்கின் ஒளிச்சுடர்போல் அசைவின்றி நின்று நிலைப்பட வேண்டும். **இதுபோன்ற மனநிலையே ஒருமுகப்படுத்தல் ஆகும்.** மனதை ஒருமுகப்படுத்துவதென்பது, கட்டுப்படுத்துவது மிகக் கடினமான செயல். *ஐம்புலன்களின் வழிபெறும் புலனறிவுதான்* (பார்த்தல், கேட்டல், முகர்தல், தொடுதல், சுவைத்தல் ஆகியவை) *அமைதியைக் குலைக்கும் மூலகாரணி ஆகும்.* இதனால், முதலில் உங்கள் புலன்கள், உங்கள் குறிப்பிட்ட செயலிலிருந்து அலைந்து திரியாமல் கட்டுப்படுத்துவதற்குக் கற்றுக்கொள்ள வேண்டும். சிதறிக் கிடக்கும் சூரிய ஒளியை ஒருங்கிணைத்து, பஞ்சை எரிக்கச் செய்யும் குவி லென்ஸ் போன்றது ஒருமுகப்படுத்தப்பட்ட மனம். ஒருமுகப்படுத்தப்பட்ட ஆற்றல் மிக்க மனதைக்கொண்டு நீங்கள் எதையும் சாதிக்கலாம்.

தங்கள் படிப்பில் மனதை ஒருமுகப்படுத்த மாணாக்கர் என்னென்ன செய்ய வேண்டும்? ஒரு குறிப்பிட்ட அளவு பாடத்தை நீங்கள் ஒரு குறிப்பிட்ட நேரத்திற்குள் முடிக்கவேண்டும் என்று தீர்மானியுங்கள். இது மனதை ஒருமுகப்படுத்த ஒரு நோக்கத்தையும், பாதையையும் ஏற்படுத்துகின்றது. இந்தச் செயலை முடிக்கவேண்டியதன் அவசியத்தை, உள்ளத்திற்கு அறிவுறுத்துங்கள்; அச்செயலில் விருப்பம் (அ) ஆர்வத்தை உண்டாக்கிக் கொள்ளுங்கள்.

படிப்பதற்கான வழிமுறைகள்:

முதலில் நீங்கள் *வசதியாக அமர்ந்து கொள்ளுங்கள்.* வசதி இருந்தால், பஞ்சுமெத்தை போட்ட நாற்காலி, மேசை முதலியன இருக்கலாம். நாற்காலி, மேசை இல்லாவிட்டாலும் பரவாயில்லை. நீங்கள் படிப்பதற்கு வசதியாக உட்கார்ந்துகொள்ள வேண்டும்.

இரண்டாவதாக, *ஒரு குறிப்பிட்ட பகுதியை 1 மணி நேரம் படிப்பதற்காக தெரிந்தெடுத்துக்கொள்க.* ஒரே நேரத்தில், பல தலைப்புகளை, பாடப்பகுதிகளை எடுத்துக்கொண்டு, மேலெழுந்தவாரியாக, ஒன்றிலிருந்து மற்றொன்றுக்குத் தாவி படிக்கக் கூடாது, எதையும் நீங்கள் முழுமையாகப் படிக்க முடியாது. குறிப்பிட்ட பகுதியை, ஆழ்ந்து படித்து, முக்கியக்

கருத்துகளைக் கோடிட்டுக் குறித்துக் கொள்ளவும். தெரியாத சொற்கள் இருப்பின் அகராதியைப் பார்த்துப் புரிந்து கொள்ளுங்கள். அப்போதுதான் அந்தப்பகுதி முழுமையாக விளங்கும்.

ஆரம்பத்தில், சில நொடிகள் மனம் அங்குமிங்கும் அலை பாயலாம்; தொடர்ந்து உறுதியுடன் படியுங்கள். இரண்டாம் முறை படிக்கும்போது மேலும் தெளிவாகப் புரியும், மூன்றாம் முறையாகப் படிக்கும்போது, பாடப் பொருள் நன்றாக நினைவுக்கு வரும்.

படிக்கும்போது, தொலைக்காட்சி, வானொலி, ஒலிபெருக்கி போன்றவற்றின் ஓசையைக் கட்டுப்படுத்த முயலுங்கள். ஆனால், ஆர்வமுடனும், கவனத்துடனும் படிப்பில் மூழ்கிவிட்டபோது, ஓசை உங்கள் காதில் விழவே விழாது!

கவனத்துடன் படிப்பது முக்கியமானது. உங்கள் வீட்டில் உள்ள சுவர் கடிகாரத்தின் 'டிக்டிக்' ஓசை உங்களுக்குக் கேட்கிறது, அதைக் கவனிக்கும்போது. அதைப்பற்றிக் கவலைப்படாமல், உங்களுக்குப்பிடித்த செய்தித்தாள் அல்லது வார / மாத இதழில் மூழ்கிப்படிக்கும்போது 'டிக்டிக்' ஓசை உங்கள் காதில் விழாது.

மிக அவசரமாக இருந்தாலொழிய நீங்கள் ஆழ்ந்து படிக்கும்போது கூப்பிட்டு தொந்தரவு செய்ய வேண்டாம் என்று சொல்லி விடுங்கள். அப்படி இடையில் கூப்பிட்டால், உங்கள் ஒருமுகப்படுத்திய மனநிலை குலைந்துபோகும். மறுபடியும் நீங்கள் புதிதாகப் படிக்கத் தொடங்க வேண்டியிருக்கும்.

உங்களை மந்தமாக்கும் அல்லது தூங்க வைக்கும் தயிர் சாதம் போன்ற உணவைத் தவிர்க்கவும். முக்கியத் தேர்வு நாள்களில் அதிகம் *உண்ணாதீர்கள் (எவ்வளவு சுவையாக இருந்தாலும்; ஒரே இடத்தில் அமர்ந்து படிக்காமல், இங்கும் அங்கும் நகர்ந்து, வேலை செய்கிறபோது அப்படிச் சாப்பிடலாம்).* தேவைப்பட்டால் முகத்தைக் குளிர்ந்தநீரால் கழுவுங்கள். நீரில் நனைத்தெடுத்த கைகுட்டையை வைத்துக்கொண்டு கண் சொக்கும்போது மூடிய கண்களின்மேல் வைத்துச் சுறுசுறுப்பாக்குங்கள்.

படிக்கத் தொடங்குமுன், கவனத்தை திசைதிருப்பும் ஆசைகள் அல்லது கவர்ந்திழுக்கும் எண்ணங்களால் பாதிக்காமல், உள்ளத்தைத் தூய்மையாக வைத்துக் கொள்ளுங்கள். அப்படி இல்லை எனில், அந்த எண்ணங்கள் தொந்தரவு கொடுத்துக்கொண்டே இருக்கும். சாதிக்க வேண்டும் என்னும் ஊக்கத்தைக்கொண்டு, அத்தகைய எண்ணங்களைத் தகர்த்தெறியுங்கள்! இந்தப் பகுதியை, 'நான் ஒரு மணி நேரத்திற்குள் படித்து அதிக மதிப்பெண்கள்

எடுப்பேன்' என்று உறுதி பூணுங்கள். உங்கள் போட்டி மாணாக்கர் உங்களிடம் சவால் விட்டும், நீங்களே அதிக மதிப்பெண் பெற்று ஆசிரியர் பாராட்டுவது போல் மனக்கண்முன் நிறுத்துங்கள்.(Visualize)

இது உங்கள் ஆர்வத்தைப் பெருக்கும். நண்பருடன் சேர்ந்து படிக்கத் திட்டமிட்டால், எவ்வளவு நேரம், எவ்வளவு பாடம் படிக்கப்போகின்றீர்கள் என்று தீர்மானித்துக் கொள்ளவும். இது கூட்டுறவு முறையில் போட்டி மனப்பான்மையை வளர்த்து, ஒருமுகப்பட்டு படிக்கத்தூண்டும். இருவரும் ஒருவரை ஒருவர் படித்தவற்றில் கேள்வி கேட்டுக்கொண்டால், உங்கள் பொறுப்பை இன்னும் அதிகமாக்கி முனைப்புடன் படிப்பீர்கள்.

இவ்வாறே நீங்கள் படித்த பாடப்பகுதியில் உங்கள் *பெற்றோர் அல்லது உறவினரை கேள்வி கேட்கச் சொல்லுங்கள்.* இவ்வளவு நேரத்திற்குள் என்று குறித்துப் படிப்பது, பொறுப்புணர்ச்சியினால் நன்கு ஒருமுகப்பட்டுப் படிக்க உதவும். இது ஒரு குறிப்பிட்ட நேரத்திற்குள் படிக்க வேண்டும் என்ற தேவையை ஏற்படுத்தும். *தேவைதான் கண்டுபிடிப்புக்கு அடிப்படை.*

உங்கள் திறமைகளில் நம்பிக்கை வையுங்கள்! என்னுடைய மதிப்பெண்கள் அதிகமாக, 'நான் கட்டாயம் ஒரு மணி நேரத்திற்குள் இப்பாடத்தை முடிப்பேன்' என்று தீர்மானித்து, உறுதியுடன் படிக்கும்போது, சுய நம்பிக்கை, உங்கள் ஒருமுகப்படுத்தும் தன்மையை அதிகரிக்கின்றது.

நம்பிக்கை, ஆச்சரியத்தையும், அற்புதத்தையும் ஏற்படுத்தும் வண்ணம் செயல்படும். ஒரு சிறிய கதையை, இவ்வகையில், பார்ப்போம்.

இராமன், ரவி இருவரும் நண்பர்கள். இவர்களின் வீட்டுக்கும் பள்ளிக்கும் இடையே ஒரு சுடுகாடு இருந்தது. இராமன் தைரியமானவன், ரவி இருட்டில் மாலைக்குப்பின், சுடுகாட்டின் வழி செல்லப் பயப்படுவான். ஒருநாள், சிறப்பு வகுப்புக்குப் போக வேண்டி இருந்தபோது இராமனின் சைகிள் டயர் பிளந்ததனால், வேறு நண்பனுடன் பள்ளிக்குப் போனான்.

அன்று மாலை, சிறப்பு வகுப்பு முடிந்து நேரங்கடந்து, சுடுகாட்டு வழியில் செல்ல ரவி பயந்தான். இராமனை சைக்கிளின் பின்னால் அமர்ந்துவரச் சொன்னான். இருவரும் அப்படியே சென்றார்கள். இராமன் பக்கத்தில் உள்ளான். அதனால் நமக்கு ஒன்றும் ஆகாது என்று *நம்பினான்.* அதனால் பயமின்றிச் சென்றான்.

ஒருவேளை இராமன் ஏதோ ஒரு காரணத்திற்காக, ஆடாமல், ஓசைப் படாமல், சைக்கிளின் பின்னாலிருந்து இறங்கி விட்டான் என்று கொள்வோம். இராமன் நம்முடன்தான் இருக்கிறான் என்று ரவி *நம்புகின்றவரை*

அவனுக்குப் பயமே தோன்றாது. நன்றாக ஓட்டிச்செல்வான். இந்தச் சூழ்நிலையை நன்கு கவனியுங்கள். நம்பிக்கை, அற்புதமான முறையில் உங்கள் மனதில் வலிமையை ஏற்படுத்துகின்றது, நீங்கள் நம்பும் பொருள். உங்களுடன் இருந்தாலும் இல்லாவிட்டாலும் நம்பிக்கை இருந்தால் இந்த மன வலிமை கிடைக்கிறது. எனவே எந்த ஒரு விவாதமும் இன்றி நம்பிக்கையை உங்கள் வெற்றிக்குப் பயன்படுத்திக் கொள்ளுங்கள். ஒரு பொருளின் அல்லது ஒருவர் மீது முழுமையாக சரணாகதி அடைவதே நம்பிக்கை. சற்றேனும் சந்தேகம் வரக்கூடாது.

இதேபோன்று, இன்னொரு நிகழ்ச்சியும் நம்பிக்கை தரும் மனவலிமையை நிலை நாட்டுகிறது. பிரெஞ்சுச் சக்கரவர்த்தி மாவீரன் நெப்போலியன் ஒருநாள் இரவு, போர்க்களத்தில் மேற்பார்வையிடச் சென்றார். ஒரு பாதுகாப்பு வீரன் விழித்திராமல் தூங்கிக்கொண்டு இருந்தான். யாருடனோ நெப்போலியன் பேசும் குரல்கேட்டு, திடீரென விழித்துக் கொண்டு துப்பாக்கியைத் தன் தோளில் வைத்துக்கொள்வதற்குப் பதில் பக்கத்தில் இருந்த பளுவான பீரங்கி ஒன்றை எடுத்துத் தோள் மீது சாய்த்துக் கொண்டான். உடனே, பீரங்கியின் பளுவால் அவன் அப்படியே தரையில் சாய்ந்தான். அப்போதுதான் தன் தவற்றை உணர்ந்தான். நெப்போலியன் புன்முறுவலித்தவண்ணம் சென்றுவிட்டார்.

சாதாரண சமயத்தில், பாதுகாவலனால் பீரங்கியை ஒருவனாகத் தூக்க முடியாது. ஆனால் பயத்தில் அவன் அதைத் துப்பாக்கி என்று உண்மையாக நம்பினான், இது அவனுக்கு வலிமையைக் கொடுத்தது. (ஆச்சரியம்! அற்புதம்!) அதைத் தூக்கித் தோளின் மீது சாய்த்துக்கொண்டான். இதுதான் நம்பிக்கையின் அற்புதம்; முடியும் என்ற எண்ணத்திற்கும் இந்த வலிமை உண்டு. **முகமது நபி அவர்கள் அழகாகக் கூறினார்கள்:** 'ஒரு கடுகளகாவது நம்பிக்கை இருப்பவன் நரகத்திற்குச் செல்லமாட்டான்'.

இப்போது மனம் ஒருமுகப்படுத்துவதில் பயிற்சி மற்றும் பற்றறு நிலையின் பங்குபற்றி காண்போம். தொடர்ந்து சீராகப் பயிற்சியும் பற்றறு நிலையும் இருந்தால் ஒருமுகப்படுத்தும் தன்மை வளர்ச்சியுறும். வாழ்க்கையிலிருந்து பற்றுதலைத் துறந்து இருப்பது அன்று இங்கு கூறப்பட்ட பற்றறு நிலை. இங்கு, இதன்பொருள் வேறானது. நீங்கள் ஒரு செயலில் மனம் ஒருமுகப்படுத்தி இருக்கும்போது, கவனத்தைச் சிதறச் செய்து குலைக்கும் காரணிகள், எண்ணங்கள், உணர்வுகள் எல்லாவற்றையும் விட்டு விலகிப் பற்றற்று இருக்க வேண்டும் என்பது பொருள்.

4.4. மன உறுதி

உள்ளத்தை ஒருமுகப்படுத்துவதில் வெற்றி பெற்றால் மன உறுதியைப் பெறலாம்.

மனஉறுதி என்பது என்ன?

எடுத்துக்கொண்ட ஒரு செயலை, எந்தச் சூழ்நிலையிலும், ஒரு குறிப்பிட்ட வழியில், செய்து முடிக்கத் தூண்டும் உள்ளத்தின் ஆக்கச் செயலே மனஉறுதியாகும்.

நாம், எடுத்துக்கொள்ளாத செயலைத் தவிர்க்கவும் மனஉறுதி உதவுகின்றது.

முதலில் மனஉறுதியை வளர்க்க மனம் வேண்டும். அதாவது நீங்கள் ஆர்வம் கொள்ள வேண்டும். **சுவாமி விவேகானந்தர் கூறியதை நினைவில் கொள்ளுங்கள்:**

'எழுங்கள்! தைரியமாய் இருங்கள்! வலிமையாய் இருங்கள்! உங்கள் விதியைப் படைப்பவர் நீங்கள் தான் என்பதை அறிந்து கொள்ளுங்கள்! உங்களுக்குத் தேவையான வலிவும், உதவியும் உங்களுக்குள்ளேயே இருக்கின்றது'.

நமக்குத் தேவையான உதவியை நாமேதான் செய்து கொள்ள வேண்டும். நம் முன்னேற்றத்திற்காக வேறு யாரும் நமக்கு உதவ முடியாது. உங்களுடைய சொல்லும், செயலும், இறுதியாக உங்கள் வாழ்க்கையையும், அதன் வெற்றியையும் தீர்மானிக்கும். சிலசமயம், அறிவு பூர்வமாக அல்லது நடைமுறையில் செயலைப் பற்றி எண்ணாமல், உணர்ச்சி வசப்பட்டுப் பேசுவர். அது வெற்றியைத் தராது. சரியான செயலைச் சரியான நேரத்தில் எத்தனை தடைகள் வந்தாலும் செய்து முடிக்கும் மனத்திறனே மனஉறுதி.

உணர்ச்சிவசப்பட்டு, 'ஆஹா, நான் இதைச் செய்வேன், அதைச் செய்வேன்' என்று பேசிப் பயனில்லை. பின்னர் நடைமுறைச் சிக்கல் வரும்போது, பின்வாங்கக்கூடாது. உங்கள் அறிவாற்றலைப் பயன்படுத்தி சிக்கலைத் தீர்த்து, செயலை முடிக்க வேண்டும்.

எதிர்ப்புகளை எப்படி எதிர்கொள்வது என்று **சுவாமி விவேகானந்தர் மிக அருமையாக விளக்கியுள்ளார்.**

'மலை போன்ற தடைகளைத் தகர்த்து முன்னேற உங்களிடம் மனஉறுதி உள்ளதா? உலகம் அனைத்தும், கையில் வாளுடன் உங்களை எதிர்த்து நின்றாலும், நீங்கள் சரி என்று நினைத்ததை, துணிவுடன் செய்து முடிப்பீர்களா?.

உங்கள் மன உறுதியை வளர்க்கின்றபோது உங்களுக்கு இரண்டு முட்டுக்கட்டைகள் வரலாம்.

(அ) கடந்த காலத்தில் செய்த தவறுகள், பாவங்களுக்காக புலம்பிக் கொண்டிருப்பது, (ஆ) எதிர்காலத்தைப் பற்றியும், எதிர்கொள்ள வேண்டிய கஷ்டங்கள் குறித்தும் கவலைப்படுதல்.

ஒரு கோடீஸ்வரராலும் கடந்த காலத்தின் ஒரு நொடியைக்கூட திரும்ப வாங்க முடியாது. கடந்த காலம் நடந்து முடிந்தது, அதைப்பற்றிக் கவலைப்படுவது வீண் ஆகும். நீங்கள் செய்த தவறுகளுக்காக / பாவங்களுக்காக வருந்துவது தவறில்லை, ஆனால், மீண்டும் மீண்டும் அத்தவற்றைச் செய்யாமலிருக்க மன உறுதி வேண்டும். தவறு / பாவங்களுக்காக *வருந்துவது திரும்பச் செய்யாமலிருப்பதற்காக இல்லை எனில் அது வெறும் நடிப்பே ஆகும்.*

சுவாமி சுகபோதானந்தா ஒரு அருமையான கருத்தைக் கூறுகிறார்: 'கடந்த காலத்தையே நீங்கள் திரும்பத் திரும்பப் பார்த்துக்கொண்டிருந்தால், நிகழ்காலத்தில் வரும் வாய்ப்புகளை நழுவவிட்டு விடுவீர்கள்'.

உங்கள் வேலைக்காகவோ, அலுவலக வேலைக்காகவோ திட்டமிடுவது அவசியம் தான். அதற்காக, வரப்போகும் கஷ்டங்களைப் பெரிதாகக் கற்பனை செய்து, கவலைப்பட்டுக்கொண்டிருந்தால் அது உங்கள் சக்தியையும், திறமையையும், உறிஞ்சிவிடும். அதனால் இப்போது நீங்கள் செய்ய வேண்டிய வேலைகளைக் கூட செய்ய முடியாமல் பயந்து போவீர்கள்.

இயற்கையாகவே நாம் தெய்வாம்சம் உடையவர்கள் என்றாலும் நம்முடைய புற ஆசைகளும், செயல்களும் அதனை மூடிக் கொண்டிருக்கின்றன. இந்தப் புற ஆசைகள், செயல்கள் தெய்வீகமாக இருக்கலாம், சாத்தான் தன்மையதாகவும் இருக்கலாம். சாத்தானின் செயல்களில் ஈடுபடுவது, தற்காலிகமாக, உடனே மகிழ்ச்சியைக் கொடுக்கலாம். ஆனால் முடிவில் அது எதிர்மறையாக மாறி உங்களை மீளாத்துயரில் ஆழ்த்தும். 'ஒவ்வொரு வினைக்கும் சமமான ஓர் எதிர்வினையுண்டு' - இது அறிவியல் கூற்று. எனவே பாவங்கள், தவறுகள் எதிர்வினை செயல்களைத் தவிர்த்து விடுங்கள்.

நீதி நேர்மையைப் பின்பற்றி, நல்லது கெட்டது உணர்ந்து செயல்பட்டால், வரப்போகும் நிகழ்காலம் மகிழ்ச்சியாயிருக்கும். மேலும் கடந்த காலமும் வருந்தத்தக்கதாய் இராது. நீதி, நேர்மை என்பதால் நீங்கள் முனிவர்களாக வேண்டும் என்று சொல்லவில்லை. உங்களுடைய உடல் மற்றும் உணர்வுத் தேவைகளை நேர்மையான, நியாயமான வழியில் நிறைவேற்றிக்கொள்ள

வேண்டும். உடல் அல்லது புலன் வழிச் சந்தோஷத்தைக் கொடுக்கும் சில காரியங்களை அதிகமாகவோ, தவறாகவோ செய்து உடலையும் ஆற்றலையும் கெடுத்துக்கொள்ளக்கூடாது.

ஊறுகாய், சாப்பிடும்போது சுவை கூட்டுவதற்காகக் குறைவாக உபயோகித்தால் நன்றாக இருக்கும்; அதற்காக உணவே இன்றி, எல்லாம் *ஊறுகாயாகவே சாப்பிட்டால், வயிற்றுப்புண்ணும், தாங்க முடியாத வயிற்று வலியும் ஏற்படும்.*

எனவே, புலன் அல்லது உடல் வழி சந்தோஷத்தை அளவாகக் கொள்ளுங்கள், *அளவுக்கு மிஞ்சினால் அமிர்தமும் நஞ்சாகும்.* இதை நினைவில் வையுங்கள் !

நேர்மையான, நியாயமான வழியில் அழைத்துச் செல்லும் நல்ல நண்பர்களுடன் சேருங்கள். தவறான பாதைக்கு இழுப்பவரை உதறித் தள்ளுங்கள்.

நவநாகரிகம் என்ற போர்வையில் பலர் அந்நியர்களைப் போல் நடந்துகொண்டு, புகைத்தல் மற்றும் போதைப்பொருளுக்கு அடிமையாகின்றனர். அவர்களுடன் சேர்ந்தால் உங்கள் வாழ்க்கை சீர்குலையும். தீயவற்றை எதிர்த்து, நல்ல பயனுள்ள நேர்மையான வாழ்க்கையை வாழ வேண்டும் என்ற மனஉறுதி ஆட்டங்கண்டு விடும்.

வலிமையான மன உறுதியை வளர்த்துக்கொள்ள உங்களிடம் அதிகமான மனோசக்தி இருப்பில் இருக்க வேண்டும். வீண் பேச்சிலும், நோக்கமற்ற செயலிலும், புறங்கூறுவதிலும், தேவையற்ற மாறுபட்ட விவாதங்களிலும், வீண் கற்பனையிலும், அசிங்கமான எண்ணங்களிலும், வீண் பயத்திலும், கோபத்திலும், மற்றவர்களைக் குறை கூறுவதிலும், பொறாமையிலும், குழப்பத்திலும், வெறுப்பிலும், பேராசையிலும், புலன் வழிச் சந்தோஷத்தில் அதிகமாக ஈடுபட்டும் உங்கள் மனோசக்தியை வீணாக்காதீர்கள்.

இதற்கு மாறாக, ஆக்க உணர்வுகளின் மூலம் உங்கள் மனோ சக்தியை வளர்த்துக்கொள்ள வேண்டும். எந்தச் சூழ்நிலையிலும் அமைதியாக இருங்கள். எதுவும் நம் கையில் இல்லை. *நம்மால் முடிந்த அனைத்து வகையிலும் திட்டமிட்டு முயற்சி செய்ய வேண்டும். ஆனால் பயனை, முடிவை ஆண்டவனிடத்தில் (அ) இயற்கையிடத்தில் விட்டுவிட வேண்டும்.* Avoid Hurry, Worry and Curry என்ற ஆங்கில அறிவுரையை நினைவில் கொள்ளுங்கள். இங்கு Curry என்பது 'கரம் மசாலாவை'க் குறிக்கும். அது உடல் நலத்தைக் கெடுத்துவிடும்.

தைரியமாய் இருங்கள்! 'துணிவே துணை' என்றிருங்கள். தெளிவாய் இருங்கள்! எல்லோரையும் நேசியுங்கள்! பொறுமையாய் இருங்கள், அவசரப்படாதீர்கள்! அப்படி என்றால், மெதுவாகவும், சுறுசுறுப்பில்லாமலும் இருக்காதீர்கள்! விலகி நின்று, பற்றற்று உங்கள் கடமைகளைச் செய்யுங்கள். தேவை உள்ளவர்களுக்கு உதவுங்கள்! உங்கள் குறைகளைக் கண்டு, திருத்திக் கொள்ளுங்கள்! ஆரம்பத்தில் இதெல்லாம் சிரமமாகத் தோன்றலாம். ஆனால் போகப்போக, இப்படி நடந்து கொள்வது உங்கள் மனோசக்தியை அதிகரிக்கச் செய்து, எந்தச் செயலையும் வெற்றியுடன் சாதிக்கும் ஆற்றலைக் கொடுக்கும் என்று உணரும்போது இவற்றைப் படிப்படியாக பின்பற்றுவீர்கள்.

முக்கியமான கருத்தொன்றை மறக்காதீர்கள். *மகிழ்ச்சி என்பது பொன்னிலோ, பொருளிலோ இல்லை. அது மனதில்தான் இருக்கிறது.* பணம் மகிழ்ச்சியைப் பெற ஒரு வழிதான். அதனால் பணத்திற்காக விரும்பி உழைக்கலாம்; ஆனால் பணத்திற்காகவே சாகக்கூடாது.

பெருங் கவிஞன் *மில்டன்* கூறிய கருத்தை ஆழ்ந்து சிந்தியுங்கள்: '*நரகத்தை சொர்க்கமாக்குவதும், சொர்க்கத்தை நரகமாக்குவதும் மனம் தான்*'. அற்புதமான அனுபவ வார்த்தை! நீங்கள் சூழ்நிலையைச் சரியாகப் புரிந்துகொள்ளாவிட்டால் சொர்க்கம் கூட நரகமாகத் தோன்றும். இது சொர்க்கத்தின் தவறன்று. உங்கள் மனநிலையால் உங்கள் தவறுதலான கண்ணோட்டத்தில் ஏற்படுவது.

மேலே கூறிய வழிகளில் உங்கள் மனஉறுதியை வளர்த்து வெற்றி பெறுங்கள்.

4.5. தியானம்

உங்கள் *மனஆற்றலை* வலிமையாக்க தினமும், முதன்முதலில் செய்ய வேண்டுவது தியானம். பல்துலக்குதல் முதல் குளித்தல் வரையிலான காலைக் கடன்களை முடித்தபின் தியானம் செய்தல் நல்லது. வேண்டுமானால், உடற்பயிற்சிக்குப்பின் குளிக்கலாம்.

பிராணாயாமத்தைப் போன்று தியானத்திலும் பல முறைகள் உண்டு. சில முறைகள் தவ முனிவராக, புனிதராக ஆவதற்கான ஆழ்ந்த பயிற்சிகள் கொண்டது. தியானம் பற்றி நிறைய நூல்கள் வந்துள்ளன. (பின் பகுதியில் மேற்பார்வை நூல்கள் பட்டியலைப் பார்க்க). ஆனால், மாணாக்கர் நிலையில், உங்கள் மன, அறிவாற்றலைப் பெருக்க, எளிய தியான முறைக்குத் தொடக்கம் செய்தால் போதுமானது.

எளிதாகச் செய்ய, ஒரு பலகையில் / மனையில் / பாயின் மீது அமர்ந்து செய்யலாம். தரையில் உட்காராதீர்கள். உங்கள் உயிர்ச்சக்தியை, அண்டமெங்கும் நிறைந்திருக்கும் சக்தியின் வழி, பெருக்கிக்கொள்ள தியானம் உதவும்.

இரு கரங்களை மடக்கி, சாதாரணமாகவோ, பத்மாசனத்திலோ அமரவும். நிமிர்ந்து கூன்போடாது அமரவும். கண்களை மூடிக்கொண்டு ஆழ்ந்து மூச்சை இழுங்கள். பின் மெதுவாக விடுங்கள். இப்படிச் செய்யும் ஒவ்வொரு முறையும் உங்கள் உடலில் தலை முதல் பாதம்வரை ஒவ்வொன்றாக ஓய்வு பெறுவதாகக் கருத்துரையுங்கள் (Suggest). கடைசியாக, உடல் முழுவதும் ஓய்வு பெற்றுள்ளது என்று சொல்லுங்கள். உதாரணம்: “இப்போது என் தலை முழுவதுமாக ஓய்வு பெற்றுள்ளது. (Relaxed) இறுக்கம் தளர்ந்துள்ளது. நல்ல ஓய்வு கொள்” என்று சொல்லுங்கள். இதுவே கருத்துரைத்தல் ஆகும்.

அடுத்து, நீங்கள் ஒரு மனம் கவர் இயற்கைச் சூழலில் அமர்ந்திருப்பதாக மனக்கண்முன் பாருங்கள் (கற்பனை செய்யுங்கள்).

அழகான தங்கச் சூரியன் கிழக்கில் உதிக்கின்றான். அங்கு நீர் நிறைந்தொழுகும் நீர்வீழ்ச்சி, சலசலக்கும் ஆறு, பறக்கும் வண்ணத்துப் பூச்சி, கீச்சிடும் பறவைகள், கூவும் குயில், வண்ண மலர்கள், அசைந்தாடும் பச்சைத் தோட்டம், பகலவனைக்கண்டு மலரும் தாமரைகள் நிறைந்த அருமைத்தடாகம். அனைத்தும் உள்ளன. இப்போது நீங்கள் அங்கு அமர்ந்துகொண்டிருக்கிறீர்கள்! இவற்றை மனக் கண்முன் காணும்போது அன்றாட உலகத் தொல்லைகளும், நிகழ்ச்சிகளும் மனதிலிருந்து ஓடிவிடும். இந்த நிலையில் நீங்கள் உங்கள் இரு கண் புருவத்திற்கும் இடையே உங்கள் பார்வையை ஒருங்கு குவியுங்கள் (focus). இந்த இடம்தான் ஞானத்தின் இருப்பிடம். ‘**ஆக்ய சக்கரம்**’ (Agya Chakra) என்றும் சொல்வர்.

இப்போது அண்டமெங்கும் பரவியிருக்கும் அண்ட மகாசக்தி, உங்கள் ஆக்ய சக்கரத்தின் மூலம் உங்கள் மூளைக்கு மெதுவாக, ஆனால் உறுதியாக உள்வருவதாக உணருங்கள். இந்த அண்ட மகாசக்தியின் ஒரு பகுதிதான் நாம் அனைவருமே (எல்லாம் அணுத்திரள்கள்). சில நாள்கள் அல்லது ஒரு மாதம் இப்பயிற்சி செய்தபின் உங்களிடத்தில் ஒரு அமைதியும் பொலிவும் இருக்கும். இந்நிலை தான் ‘பேரானந்தம்’ எனப்படும். இது மகிழ்ச்சியின் உயர்நிலை ஆகும்.

இவ்வாறு இயற்கையுடன் அண்டமகா சக்தியுடன் தொடர்பு கொ உங்களுக்குள் சக்தியூட்டிக் கொள்வது, (charging energy) உங்கள் ம

அறிவாற்றல்களைச் சக்தி வாய்ந்ததாக ஆக்குகின்றது. அது மட்டுமின்றி, உலகத் தொல்லைகள், கவலைகளிலிருந்து விடுவித்து முழுமையான மன ஓய்வை அளிக்கின்றது.

தியானம் துறவிகளுக்கும், முனிவர்களுக்கும் தான் தேவை. சாதாரண மக்களுக்கும், மாணாக்கர்களுக்கும், தொழிலாளருக்கும் தேவையில்லை என்று நினைக்காதீர்கள். இது தவறு. தியானம் எல்லோருக்கும் தேவை. இந்த நவீன யுகத்தில், குறிப்பாக, மன இறுக்கத்திற்கு உள்ளாகும் ஒவ்வொருவருக்கும் தேவை. அது எந்தத் துறையிலும் மன அமைதியைக் கொடுத்து உங்கள் செயல்படும் திறமையை சீரமைக்கின்றது.

அமெரிக்காவுடன் கூட போட்டியிடும் தொழில் முன்னேற்றம் கண்டுள்ள நாடாகிய ஜப்பானின் தொழிலாளிகள் அனைவரும் அவர்கள் வேலைகளைத் தொடங்குமுன் சிறிது நேரம் தியானம் செய்யப் பழக்குகின்றனர். இப்படிச் செய்வதால் தொழிலாளர்கள் திறமை அதிகமாகி, நிறுவனங்களுக்கு அதிக லாபம் வருவதாகக் கண்டுள்ளனர். *வணிக நிறுவனங்கள்கூட தியானத்தின் பயன்களை, உபயோகப்படுத்திக் கொள்ளும்போது, நாம், நமது சொந்த முன்னேற்றத்திற்காகவும், வெற்றிக்காகவும், மகிழ்ச்சிக்காகவும் பயன்படுத்தக்கூடாதா ?*

முன்பு கூறியதைப்போல், தியானத்தில் பல முறைகள் உள்ளன. சிலர் உள்ளத்தைக் குவிக்க (ஒருமுகப்படுத்த) அமைதியான அறையில் விளக்கொளியைப் பயன்படுத்தித் தியானம் செய்வர்.

மற்றும் சிலர், இயற்கையிலிருந்து அண்டமகாச் சக்தி நமக்கு வருவதை மனக்கண் முன் நிறுத்தும் முன்பாக **'ஓம்'** என்னும் மந்திரத்தைச் சிலமுறை கூறுவார்கள். அதை உச்சரிக்கும் காலத்தைக் கூட்டிக்கொண்டே செல்வார்கள் 'ஓ......ம்......' என்று.

உங்கள் காதுகளைக் கொஞ்சம் மூடிக்கொண்டு கேட்கும்போது 'ஓம் போன்ற ஒலி எழும் அல்லது சங்கினை / குவளையைக் காதில் வைக்கும்போது ஓங்காரம் எழும்.

மேலும் 'ஓம்' என்ற மந்திரத்தை உச்சரிப்பது ஒரு மூச்சுப் பயிற்சியாக அமைந்து உடல் நலம் பெறுகின்றது என்று அறிவு பூர்வமாக நம்பப்படுகின்றது. ஒவ்வொரு முறையும் 'ஓ...ம்...' என்று உச்சரிக்கும் நேரத்தை அதிகமாக்கிக் கூர்ந்து கவனியுங்கள். உங்கள் தொப்புள், அதன் கீழுள்ள குடற்பகுதி ஓ......ம்.... என்னும்போது உள்ளுக்கு இழுக்கப்படும். இதன்மூலம் ஆழ்ந்த மூச்சுப் பயிற்சி ஏற்படுகின்றது.

இதையெல்லாம் நீங்கள் முறைப்படி எளிதில் செய்ய முடியும். இல்லை என்றாலும் கவலைப்பட வேண்டாம். மூச்சை ஆழ்ந்து இழுத்து வெளிவிட்டு

ஒய்வுகொண்டு, கவனத்தை ஆக்ஞா சக்கரத்தின் மீது குவியுங்கள். ஆக்ய சக்கரத்தின் மூலம் அண்டத்தின் சக்தி மூளைக்கு வருவதை உணருங்கள் அல்லது செய்முறையை அறிந்த நண்பர்கள், உறவினர் அல்லது ஆசிரியரிடமிருந்து தெரிந்துகொள்ளுங்கள். இங்கு விளக்குவது சிக்கலாக இருப்பது போன்று தோன்றும். ஆனால் செய்து பார்க்கும்போது அவ்வளவு கடினமானது அன்று.

தியானம், பிரார்த்தனை, தற்கருத்தேற்றம், மனக்கண் பார்வை இவை எல்லாம், ஆன்ம ஆற்றல்களுடன் தொடர்புடையவை எனினும், தற்கருத் தேற்றமும், மனக்கண் பார்வையும், பிரார்த்தனையுடன் நெருங்கிய தொடர்புடையதால் ஆன்ம வளர்ச்சியில் விவாதிக்கப்படுகின்றன.

முத்திரைகள்

தியானத்தில் ஈடுபடும்போது சில முத்திரைகளைப் பயன்படுத்தி மேலும் பயன் பெறலாம். முத்திரைகளை கைவிரல்களைப் பல வடிவங்களில் தொடுவதன் மூலம் உருவாக்குகின்றோம். ஒவ்வொரு முத்திரைக்கும் வெவ்வேறு வகையான நன்மைகள் உண்டு. இதனை விளக்கமாக தியான நூல்களில் காணலாம். (மேற்பார்வை நூலின் விவரம் இந்நூலின் பிற்பகுதியில் கொடுக்கப்பட்டுள்ளது). இங்கு மாணாக்கருக்குப் பயனுள்ள 4 முத்திரைகளைப்பற்றி மட்டும் விளக்குகின்றோம். இவ்வகையில், 10 முதல் 45 நிமிடங்கள் வரை முத்திரை அமைப்பில் அமர்ந்து தியானிக்கலாம். உங்களுக்கு முடிந்த அளவு நேரத்தை ஒதுக்கிச் செய்யலாம்.

வடிவப்படம்	முத்திரை விவரம்	பயன்
	தியான முத்திரை: கட்டை விரலை, ஆள்காட்டி விரலால் தொடுக	மூளை ஆற்றல், மன ஒருமுகப்படுத்துதல் நினைவு ஆகியவை அதிகரிக்கும். தூக்கமின்மை, இறுக்கம் போக்கும்.
	ப்ருத்வி (பூமி) முத்திரை மோதிர விரலால் கட்டை விரலைத் தொடுக	உயிர்ச் சக்தியை அதிகரிக்கும். புதிய சக்தியையும் மன அமைதியையும் கொடுக்கும்.
	ப்ராண (உயிர்ச்சக்தி) முத்திரை: சுண்டு விரல், மோதிர விரலை வளைத்து, கட்டை விரலைத் தொடுக	உயிர்ச்சக்தியைப் பெருக்கும், களைப்பு, நரம்புத் தளர்ச்சியைப் போக்கும், கண்பார்வை அதிகரிக்கும், மூக்குக் கண்ணாடியின் பார்க்கும் சக்தி எண்ணைக் குறைக்கலாம்.

வடிவப்படம்	முத்திரை விவரம்	பயன்
	லிங்க(சிவ) முத்திரை: இரண்டு உள்ளங்கைளை இணைத்து, விரல்களைப் பின்னிப் பிணைக்கவும், வலது கட்டை விரல் நிமிர்த்தி நிற்க, அதை இடது ஆள் காட்டி விரலாலும் கட்டை விரலாலும் சுற்றிக்கொள்க.	சளி, சுரம், இருமல் ஆகியவற்றைத் தடுக்கும் எதிர்ப்புச் சக்தியை வளர்க்கும். நுரையீரல் பலம் பெறும். (இதைச் செய்யும்போது அதிக நீர் பருகவும்)

ரேய்க்கி

நம்முடைய மனோ சக்தி, உயிர்ச்சக்தி, அண்டத்தின் சக்தியை அன்பு, அருளுடன் பயன்படுத்தும் முறையாகும். தேவையான அளவு மட்டும், 3.13.7 பகுதியில் விவரிக்கப்பட்டது. மேலும் தகவல்களில் ஆர்வம் உண்டென்றால் இது பற்றிய நூல்களை ஓய்வில் படிக்கலாம்.

4.6. நினைவாற்றல்

எல்லோருக்கும் தேவையானது நினைவு. எந்தச் செயலையும் திறன்படச் செய்ய நினைவாற்றல் வேண்டும். மாணாக்கரைப் பொறுத்தமட்டில் கல்வி என்னும் சக்கரம் சுழல / நகரத்தேவைப்படும் அச்சாணியே அதுதான். நுண்ணறிவிலும், அதிக மதிப்பெண் பெறுவதிலும் நினைவாற்றல் முக்கியக் காரணியாகத் திகழ்கின்றது. இதுவரை விவரித்த மனப்பயிற்சிகள், மறைமுகமாக மன ஆற்றலைப் பெருக்குவதன் மூலம் நினைவாற்றலையும் அதிகரிக்கச் செய்யும். இப்போது என்னென்ன வழிகளில், எப்படியெல்லாம் நினைவாற்றலைப் பெருக்கலாம் என்று பார்ப்போம்.

நினைவாற்றல் இரு வகைப்படும். *(1) மீட்டறிதல் (2) மீட்டுக் கொணர்தல்.* மிட்டறிதல் என்பது பொருள்கள், சொற்கள் ஆகியவற்றை, முன்பு பார்த்துப் பயன்படுத்தியதன்மூலம் இப்போது நினைவு கூர்தல். பல விடைகளின் மூலம் தெரிந்தெடுத்தல், இணைத்தல் போன்ற கேள்வி வகைகள் மீட்டறிதலையே சோதிக்கின்றன. இவ்வகை வினாவில், குறிப்பு அல்லது விவரம் இருக்கும். நீங்கள் அதைக் கண்டறிந்தால் போதும். இவை கடினமானவை அல்ல.

மற்ற வகை வினாக்கள், மீட்டுக் கொணர்தல் வகை. இங்கு நீங்கள் படித்த பகுதியை, விவரங்ளை முழுவதுமாக மனதில் நிறுத்தி, மறுபடியும் நினைவுக்குக் கொண்டுவர வேண்டும். **உதாரணம்:** பாட்டு ஒப்பித்தல் (அ) எழுதுதல், மேற்கோள் நினைவு கொள்ளுதல், மேடைப்பேச்சு மற்றும் பல.

மூளையில் நிலைநிறுத்திக்கொள்ள, பொருளுணர்ந்து கற்றல் தேவை. பொருளுணர்ந்து படித்தவையே மூளையில் நிலைத்து நிற்கும், குருட்டுப்பாடமாகப் (அர்த்தமற்று) படித்தவை, மூளையில் பதியாது.

நினைவாற்றலைப் பெருக்க, சில கருத்துரைகள்:

(1) புரிந்து கொள்ளுதல்: வகுப்பில் கற்பிக்கும் பாடங்களைக் கூர்ந்து கவனிக்கவும். துணைக் கருவிகள் கொண்டு விளக்கும்போது நன்கு உற்றுநோக்கி எவ்வளவு அதிகம் புரிந்துகொள்ள முடியுமோ அவ்வளவையும் வகுப்பறையிலேயே புரிந்து கொள்ளுங்கள். சில மாணாக்கர்கள் (நீங்கள் இல்லை!) வீணாகப் பேசிக் காலத்தைப் போக்குவர், குறிப்பாக, ஆசிரியர் கரும்பலகையில் எழுதும்போது. அது உங்கள் பொன்னான காலத்தை வீணாக்கும்.

ஒரு பாடத்தை நன்கு கேட்டு, உற்று நோக்கி 40 நிமிடங்களில் வகுப்பறையில் புரிந்து கொள்கிறீர்கள் என்றால், அதையே கவனிக்காமல் வீட்டில் நீங்களாகப் படித்துப் புரிந்துகொள்ள முயற்சித்தால், கிட்டத்தட்ட 2 மணி நேரம் (120 நிமிடங்கள்) ஆகலாம். அப்போது கூட முழுமையாகப் புரிந்திருக்காது. வகுப்பில் உங்களுக்கு ஏதாவது சந்தேகம் வந்தால் உடனே ஆசிரியரைக் கேளுங்கள். முடியவில்லை என்றால் வகுப்பு முடிந்த உடனேயாவது கேளுங்கள்.

இப்படி வகுப்பில் கேட்டு, உற்று நோக்கி புரிந்துகொள்வதுதான் தேர்வில் நல்ல மதிப்பெண்களுடன் வெற்றி பெறுவதற்கான முதல் முக்கியப்படியாகும்.

(2) பாடங்களை விரும்பும் மனப்பான்மை: இப்பாடங்களைக் கற்கவேண்டுமா என்று வெறுப்பு கொள்ளாமல் நேசிக்காவிட்டாலும், ஆர்வம் கொள்ளுங்கள். ஒவ்வொரு தேர்விலும், சில மாணாக்கர்கள் கணக்கு, அறிவியலில் நூற்றுக்கு நூறு மதிப்பெண்களும், பிற பாடங்களில் 90% மதிப்பெண்களும் பெறுகின்றனர். உங்களுடன் பயிலும் சிலர் இப்படி மதிப்பெண்கள் எடுக்கும்போது, குறைந்தது நல்ல மதிப்பெண்களையாவது உங்களால் எடுக்க முடியும். அதே பாடங்கள்தான், ஆனால் தனிப்பட்டவரின் வேறுபாடும், படிக்க மேற்கொள்ளும் முயற்சியும்தான், மதிப்பெண்களில் மாறுபாட்டைத் தருகின்றன. மேற்கொண்டு படிக்க அதிக மதிப்பெண்கள் தேவை. இப்படித்தர்க்க ரீதியாக சிந்தித்துப்பார்த்தால், நீங்கள் கடினமானது என்று நினைக்கும் பாடத்தை, அதிக ஆர்வமுடன் படிக்க வேண்டும் என்று நினைப்பீர்கள். தேவையை முன்னிட்டு, விரும்பும் மனப்பான்மையை

ஏற்படுத்திக் கொண்டால், அப்பாடங்கள் சுலபமாகவும், விரும்பக்கூடியதாகவும் மாறும்.

(3) உடனடி திருப்புதல்: நீங்கள் வீட்டுக்குப் போனபின் அன்று வகுப்பில் நடந்த பாடப்பகுதிகளை அன்றே திரும்பப் படியுங்கள். இது வேகமாகவும், நன்றாகவும் புரிந்துகொள்ள உதவும். இல்லையெனில் சில கருத்துகள் 'காற்றில் ஆவியாகிப் போய்விடும். மறந்துபோகும்.' மாணாக்கர் சிலர், இன்று அதிக வீட்டு வேலை (Home Work) இருக்கின்றது. அதனால் இன்று நடந்த பாடத்தைப்படிக்க நேரமில்லை என்று சாக்குபோக்கு சொல்வார்கள். அப்படிச் செய்யாதீர்கள். இது நீங்கள் புரிந்துகொள்ள வேண்டிய பாடப்பகுதியை அதிகமாக்கிக்கொண்டே போய், அதை ஒதுக்கி, ஒதுக்கிப் பின் வெறுக்கவே ஆரம்பித்து விடுவீர்கள். தெரிந்த பாடங்களையே படிப்பீர்கள். படிக்காமல் விட்ட பாடங்களிலிருந்து விலகிப்போவீர்கள். உங்கள் மன உறுதியினால், மேற்சொன்ன மூன்ற படிகளையும், கண்டிப்பாகப் பின்பற்றுங்கள். முதலில் கடினமாக இருந்தாலும், முயற்சியினால் நீங்கள் இவற்றைக் கட்டாயம் செய்வீர்கள் என்று நம்புகிறேன்.

இப்போது மனப்பாடத்தைச் சுலபமாகவும், திறமையாகவும், பயனுள்ளதாகவும் செய்வதற்கான சில நுணுக்கங்களைப் பற்றிப் பேசுவோம்.

(1) இடைவிட்டுப்பயிலுதல் நுணுக்கம் (Spaced Repetition Technique): நீங்கள் 4 பத்திகள் கொண்ட ஒரு கவிதையை மனப்பாடம் செய்ய வேண்டும் என்று கொள்வோம். எல்லாப் பத்திகளையும் ஒரு நாள் மட்டும் ஒரு மணி நேரம் படிப்பதைவிட, நீங்கள் அதை 3 அல்லது 4 நாள்கள், கொஞ்ச நேரமாவது படியுங்கள். அதை நீண்ட நாள் நினைவில் வைத்திருப்பீர்கள்.

(2) முன்னேறு பகுதி நுணுக்கம் (Progressive Part Technique): நான்கு பத்திகளையும், ஒரே மூச்சில் படிப்பதைவிட, முதலில் முதல் பத்தியை நன்கு மனப்பாடம் செய்யுங்கள். அடுத்த முறை, முதல், இரண்டாம் பத்திகளைப் படியுங்கள். அதன்பின் 1, 2, 3ஆம் பத்திகளைப் படியுங்கள். பின் 1, 2, 3, 4 என எல்லாப் பத்திகளையும் ஒன்றாகப் படியுங்கள். ஒவ்வொரு முறையும், ஒரு பத்தியை அதிகமாக்கி முன்னேறி கற்பதனால், இது 'முன்னேறு பகுதி முறை' எனப்படுகிறது. உளவியலறிஞர்கள், இம்முறை மிகவும் திறமையான முறை என்று நினைவாற்றல் பரிசோதனைகள் மூலம் நிரூபித்துள்ளனர்.

(3) ஒப்பித்துக் கற்கும் நுணுக்கம் (Active Recall / Recitation Technique): மனப்பாடம் செய்யவேண்டிய பகுதியை நீங்கள் ஓரிரு முறை படித்தபிறகு மறுபடியும் படிக்கின்றபோது ஒவ்வொரு முறையும் அந்தப் பாடத்தை அல்லது பகுதியைப் பார்த்துப் படிக்காதீர்கள். அதற்குப்பதிலாக, நீங்களாக நினைவு கூர்ந்து பாருங்கள் அல்லது ஒப்பித்துப்பாருங்கள். இப்படி எவ்வளவு முடியுமோ அவ்வளவு ஒப்பித்துப் பார்த்து, முடியாத பகுதியை மட்டும் புத்தகத்தை அல்லது நோட்டைப் பார்த்துப் படியுங்கள். இப்படி திரும்ப நினைத்துப்பார்ப்பதில் அல்லது ஒப்பிப்பதில் மூளைக்கு *பயிற்சி கொடுத்து*, நினைவுக்கு வராத பகுதியை மட்டும் புத்தகத்தில் பார்த்து மனப்பாடம் செய்யும் முறை மிகவும் திறனுடையதாக இருக்கும். மனப்பாடம் செய்ய ஆகும் நேரம் குறைவதுடன், மனப்பாடம் செய்தது நீண்டநாள் நினைவிலிருக்கும்.

(4) மீக்கற்றல் நுணுக்கம் (Overlearning Technique): நான்கு பத்திகளையும் மனப்பாடம் செய்து விட்டீர்கள். நன்று. ஆனால் உடனே வேறு பகுதியைப்படிக்க, மனப்பாடம் செய்யத் தாவிவிடாதீர்கள். நீங்கள் நன்றாக மனப்பாடம் செய்துவிட்டிருந்தபோதிலும் மறுபடியும் மறுபடியும் 2(அ) 3. முறை அதிகமாகப் படியுங்கள். இப்படி அதிகமாகப் படிப்பது, நீண்ட நாள் நினைவில் இருக்கப் பயன்படுகிறது. தேர்வு வரையும், ஏன் - அதற்குப்பிறகும் கூட இப்படிப் படித்தது நினைவில் இருக்கும்.

அதிகமாகக் கற்பதற்காக, நீங்களே ஒப்பித்துப் பார்த்துக் கொள்வதைவிட, உங்கள் பெற்றோர், உறவினர், நண்பரிடம் ஒப்பித்துப் பாருங்கள். முடிந்தவரை நல்ல கருத்துள்ள கவிதையாக இருந்தால் மேற்கோளாக எடுத்துச் சொல்லுங்கள் (Quote). பாடப் பகுதியில், கட்டுரையில் சேர்த்து எழுதுங்கள். (பொருத்தமாக இருந்தால்), இப்படிச் செய்வது நினைவாற்றலை மேலும் பெருக்கும்.

(5) பொருளறிந்து மனப்பாடம் செய்தல் (Meaningful Memorization): மனப்பாடம் செய்யவேண்டிய பகுதியின் முழுப்பொருளையும் நன்கு தெரிந்துகொண்டு பின்னர் மனப்பாடம் செய்யுங்கள். குருட்டுப் பாடமாகப் படிக்காதீர்கள். காலை வாரி விடும். அது ஒரு கவிதை (அ) பாடல் என்றால் அதில் வரும் அழகிய காட்சியை வண்ணக் கோலமாக உங்கள் மனக்கண்முன் கொண்டுவாருங்கள்.

நிகழ்ச்சிகளின் தொடர்ச்சி விவரிக்கப்பட்டாலோ, அல்லது அறிவியல் சோதனையின் படிகள் விளக்கப்பட்டிருந்தாலோ, அவற்றை அப்படியே ஒரு

நாடகம் போன்றோ, சினிமாக்காட்சி போன்றோ, மனத்திரையில் பாருங்கள். இப்படி செய்வது, நன்றாக மனப்பாடம் செய்ய உதவும்.

(6) தொடர்புறுத்தும் நுணுக்கம் (Association Technique): சொற்களை நினைவில் வைத்துக்கொள்ள அவற்றை நிகழ்ச்சிகளோடு அல்லது மனிதர்களுடனோ தொடர்புபடுத்திக்கொள்ள வேண்டும். 'செக்கு' என்ற சொல் நினைவில் வரவேண்டும் என்றால், நீங்கள் உங்கள் கிராமத்தில் பார்த்த செக்குடனோ, அல்லது வ.உ. சிதம்பரனாருடனோ தொடர்புபடுத்திக் கொள்ளலாம். இது ஒரு வகைத் தொடர்பு.

பெயர்களையும் இப்படி நினைவில் கொள்ளலாம். முகமது அலி என்பது நண்பன் பெயர் என்றால் குத்துச் சண்டை வீரர் அல்லது முகமது நபிகளின் பெயரோடு தொடர்புடையது என்றே நினைவில் வைத்துக் கொள்ளலாம். 'பழநி' என்றதும் கோயிலைத் தொடர்பு படுத்தலாம். 'மேரி' என்றால் வேளாங்கன்னி போன்ற சர்ச்சுகளுடன் தொடர்பு படுத்தலாம்.

முக்கோண இயல் அல்லது திரிகோணமிதி (Trigonometry)-யில், எந்தெந்தக் கால் பகுதியில் (quadrant) எந்தெந்த விகிதங்கள், Sinθ, Cosθ, Tanθ போன்றவைகள் நேர் மதிப்பைப் (Positive) பெறுகின்றன என்பதெல்லாம் நினைவில் கொள்ள "All Silver Tea Cups" எனும் சொற்றொடரைப் பயன்படுத்துவார்கள். இங்கு Silver என்பது S-ஐக் குறித்து Sinθ-வை நினைவுபடுத்தும். அப்படியே, Tea என்பது Tanθ-வையும் Cups என்பது Cosθ-வையும் குறிக்கும். இதைப்பற்றி நீங்கள் +1 வகுப்பில் படிப்பீர்கள் / படித்திருப்பீர்கள்.

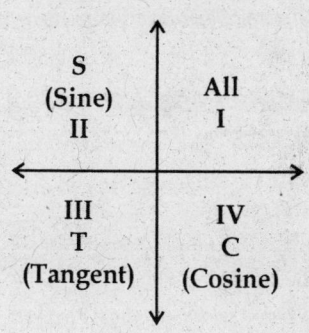

மற்றொரு வகை முறை, **நிமானிக்ஸ்** (Mnemonics) (M-க்கு உச்சரிப்பு இல்லை) முறையாகும். 'நினைவுக்கு உதவுவது' என்று இதன் பொருள். முதல் எழுத்துகளைப் பயன்படுத்தி USA, UNO என்று குறிப்பது இவ்வகையாகும். இதைவிட மனித ஆளுமை வளர்ச்சிக்கு உடல், உள்ள, ஆன்ம முன்னேற்றம் ஒருங்கிணைந்து செயல்படவேண்டும் என்பதை ஆங்கிலத்தில் PMS என்று குறிப்பிடுதல் (Physical, Mental, Spiritual என்பதன் சுருக்கம்). இவ்வகையில்தான். குறிப்பாக, அதிக படிகளைக் கொண்ட பரிசோதனையில்

நினைவில் வைத்துக்கொள்ள அந்த முக்கியப் படிகளின் முதலெழுத்துகளை நினைவில் கொண்டால், படிகளை *வரிசை முறைப்படி எழுதலாம்.* தமிழில் ஒவ்வொரு நாளின் ராகு காலத்தை நினைவுகொள்ள '*திசவெபுவிசெஞா*' என்று கூறுவார்கள். ராகு காலம் நேரம் இவ்வரிசைப்படி இருக்கும்.

தி: திங்கள் என்றும், ச : சனி என்றும் கொள்க.

369248123 இந்த எண்ணை நீங்கள் 2 அல்லது 3 முறை மட்டும் பார்த்தபின் மறுபடியும் கூற முடியுமா (அ) நினைவில் கொள்ளமுடியுமா ? மிகக் கடினம், ஆனால் நீங்கள் அவற்றை நினைவுகொள்ள வசதியாகப் பிரித்து, எண்களுக்கிடையே உள்ள தொடர்பு அல்லது வடிவமைப்பை கண்டு பிடித்தால் எளிதில் நினைவு கொள்ளலாம். இந்த எண்ணை 369 248 123 என்று மூன்று பிரிவாகப் பிரித்து ஆராய்ந்தால், உட்பிரிவில் - **உதாரணம்:** 369இல் 3, 3x2, 3x3 என்று இருப்பதைப் பாருங்கள். இவ்வாறே 248இல் 2, 2x2, 2x3 என்று அமைந்துள்ளன. மேலும் இவ்வுட்பிரிவு எண்களின் முதல் எண்கள் இறங்கு வரிசையில் 3, 2, 1 என்று இருப்பதையும் கண்டால், இந்த எண்ணை, இப்பிறவி முழுவதும் மறக்க முடியாது.

ஆனால் இப்படிப்பட்ட வடிவமைப்பு எல்லா எண்களிலும் இருக்க முடியாது. வடிவமைப்பு இருக்கின்றபோது முடிந்த வரையில் அதைப் பயன்படுத்திக் கொள்ளலாம். இதனடிப்படையிலேயே, வண்டிகளின் எண்கள், தொலைபேசி எண்கள் முதலியனவற்றை ஒரு வடிவமைப்பு இருக்கும்படி கேட்பார்கள்.

4.7. முடிவுரை

மூளையின் செயல்பாடே மனம். எண்ணங்கள்தான் செயல்களின் மூலாதாரம் ஆகும். செயல்களைக் கட்டுப்படுத்த வேண்டுமென்றால் எண்ணங்களைக் கட்டுப்படுத்த வேண்டும். நீங்கள் எதையாவது சாதிக்க விரும்பினால் அதைப்பற்றியே திரும்பத்திரும்ப நினையுங்கள். உறுதியாய் எண்ணி, நினைத்ததை முடிப்பவராகுங்கள்.

உளநூலறிஞர்கள் மனத்திறன்களையும், சக்தியை மேம்படுத்த பல *நுணுக்கங்களையும் (யுக்திகளை)* கண்டறிந்துள்ளனர்.

புலன் உணர்ச்சிகளைக் கட்டுப்படுத்துவதன் மூலம் மன ஒருமைப்பாட்டை அடையலாம். எடுத்துக்கொண்ட செயலை எவ்வளவு முடிக்க வேண்டும், எவ்வளவு நேரத்திற்குள் முடிக்க வேண்டும் என்று தீர்மானிப்பதன் மூலமும் மன ஒருமைப்பாட்டை எய்தலாம். அதிகமாக உண்டால் தூக்கம் மேலிடும் மற்றும் தூய்மையற்ற ஆசைகளை,

எண்ணங்களைக் களையுங்கள். உங்கள் திறமைகளில் நம்பிக்கை வைத்து நன்கு பயிற்சி செய்யுங்கள், நீங்கள் வெற்றி பெறுவீர்கள்.

எத்தனை சிக்கல்கள், தடைகள் வந்தாலும் சரியான செயலைச் சரியான நேரத்தில் முடிக்கும் மனத்திறனே மனஉறுதி என்பது. கடந்த காலத் தவறுகளை எண்ணி கவலைப்பட்டுக்கொண்டிருக்காதீர்கள். எதிர்காலத்தைப்பற்றி, பயந்துகொண்டும் இருக்காதீர்கள். பயம், கோபம், பொறாமை போன்ற எல்லா எதிர்மறை எண்ணங்களையும் நீக்கி அன்பு, அருள் போன்ற நல்ல எண்ணங்களை வளர்த்துக்கொள்ளுங்கள். இப்பயிற்சிகள் உங்கள் மனஉறுதியை வளர்க்க உதவும்.

5

ஆன்ம ஆற்றல்களை ஆக்கமுறச் செய்யுங்கள்!

மனிதனுள் இருக்கும் தெய்வீகத்தின்
வெளிப்பாடே சமயம் ஆகும்.

– சுவாமி விவேகானந்தர்

5.1. கடவுள் மனிதர்!

என் அருமை நண்பரே, நீங்கள் ஒரு விலங்கும் இல்லை; கடவுளும் இல்லை! அப்படியானால் தத்துவமேதை பெர்ட்ரண்ட் ரஸ்ஸல் கூறியது பொருத்தமாயிருக்கும். '*ஆண்டவனின் அரசு உங்களுள் உள்ளது.*' ஆம், நல்ல சொல், செயல்களால் நீங்கள் ஒரு கடவுள் மனிதராகலாம். இப்போது, உயிரியலில் பரிமாண வளர்ச்சி மனித நிலையில் நின்றுள்ளது; ஆனால் அது மேலும் வளர்ச்சி பெற முடியும். ஆணோ, பெண்ணோ, உயர்ந்த மனிதராக - கடவுள் மனிதராக - மாற முடியும். இங்கு தீர்க்கதரிசி **முகமது நபிகள் நாயகம்** அவர்கள் கூறியது எண்ணத்தக்கது: '*பேச்சில் தூய்மையும், அன்புடன் விருந்தோம்பலும் தான் இஸ்லாம்.*'

ஆன்மாவை நாம் நம்புகின்றோமோ, இல்லையோ, நம்முடைய 'ஆன்மா'வை நம்முடைய நல்ல செயல்களின் மூலம் உயிர்ப்பூட்ட முடியும். இந்த மண்ணுலகிலேயே தெய்வீகத்தன்மையையும், பேராற்றலையும், சக்தியையும் பெற்று உங்களுடைய கடமைகளையும், பொறுப்புகளையும் நிறைவேற்றி, விண்ணுலகைக் காணமுடியும். மிக உன்னதமான உயர்நிலை வெற்றியைப் பெறலாம். '**அரிதரிது, மானிடராய்ப் பிறத்தல் அரிது.**' சிந்திக்கும் மற்றும் நல்லது கெட்டது அறியும் ஆற்றலுடன் கூடிய இம்மனிதப் பிறப்பைப் பெற நாம் பேறு பெற்றிருக்கவேண்டும். உங்கள் முழுமையான ஆற்றலைப் பயன்படுத்தும் வகையில் கல்வி, தொழில், வாழ்க்கையில் வெற்றிபெறுவதற்கு, நீங்கள் நல்லமுறையில் செயல்பட வேண்டும். குடும்பத்திற்கும், சமூகத்திற்கும், நாட்டிற்கும் பயனுள்ளவர்களாக நீங்கள் இருக்க வேண்டும். இவ்வகையில் உங்கள் ஆன்ம ஆற்றல்களைப் பெருக்க சில வழிமுறைகளைக் காண்போம்.

5.2. பிரார்த்தனை

கவிஞர் டென்னிசன் கூறினார்: *'இவ்வுலகம் கனவு காண்பதை விட அதிகமாகப் பிரார்த்தனை மூலம் செயல்கள் நிறைவேற்றப்பட்டுள்ளன'*. ஆம், நம்பிக்கை, பிரார்த்தனை மூலம் அற்புதங்களைச் சாதிக்க முடியும். பக்தியுடன் நம்மை அற்பணித்துக்கொண்டு செய்கின்ற பிரார்த்தனை, நம் உள்மனதின் உதவியால்அற்புதங்களை நிகழ்த்தக்கூடிய நல்ல தற்கருத்தேற்றமே (auto-suggestion) ஆகும். உளவியல் அறிஞர்கள் உள்மனம், மாபெரும் ஆற்றல் பெற்றவனைப் போல் செயல்படும் என்று அறிவியல் பூர்வமாகக் கண்டுள்ளனர். ஆனால், வெளியில் பார்க்கும்போது இது அற்புதம் போல் தோன்றும்.

பிரார்த்தனை முற்றிலும் நம்பிக்கையின் அடிப்படையிலானது. நம்பிக்கையின் நற்பயன்கள்பற்றி பிரிவு 4.3இல் விவரமாகப் பார்த்தோம்.

இதனைக் **காந்தியடிகளார்** மிக அழகாகக் கூறுகிறார்: *'உயிரோட்டமுள்ள நம்பிக்கை இன்றி, இவ்வுலகில் எப்போதும், எதுவும் சாதிக்கப்படவில்லை.'* உண்மையாகப் பொதுப்பிரார்த்தனை செய்கின்றபோது, நூற்றுக்கணக்கானவர் நம்பிக்கையின் அடிப்படையில் துன்பத்தினின்றும் விடுபடுவதைக் காணலாம்.

நீங்கள் முழு நம்பிக்கையுடன் பிரார்த்தனை செய்யும்போது, எல்லாம் வல்ல இறைவன் - கடவுள் உங்களுக்கு உதவுவார் என்று உங்கள் மனம் ஆழ்ந்து நினைக்கிறது; இதனால் உங்கள் பதற்றம், கவலை, ஓடிப்போகின்றது; எடுத்த காரியத்தைப் பிரார்த்தனை செய்தபடி வெற்றியுடன் முடிக்கின்றீர்கள். இதுதான் பிரார்த்தனையின் ரகசியம்.

இங்கு மறுபடியும் நாம் காந்தி அண்ணல் சொன்னதை மறக்கக் கூடாது:

'பிராத்தனையின்போது, இதயமில்லாத சொற்கள் இருப்பதைவிட,

சொற்கள் இல்லாத இதயம் இருப்பது மேல்.

என்ன அருமையான கருத்து!

எல்லா மதங்களிலும், பிரார்த்தனையின் வழி நன்மை ஏற்பட்டது பற்றி பல நிருபணங்களைப் பார்த்திருப்பீர்கள். பல மதங்களும் இறுதியில் கடலில் கலக்கும் பல ஆறுகளைப் போன்று, ஓர் உண்மையைத்தான் கூறுகின்றன. வழிகள் பல, ஆனால், சேருமிடம் ஒன்றே. அன்பு, அருள், நீதி, நேர்மை, பண்பு, பாசம் இவற்றைத்தான் வலியுறுத்துகின்றன. இதனால்தான் **முகமது நபிகள்நாயகம்** அவர்கள் *'கடவுள் ஒருவரே; அவர் விரும்புவதும் ஒன்றாக இருப்பதைத்தான்'* என்று கூறினார்.

உடலை நாம் தினமும் தூய்மையாக குளிப்பாட்டுகின்றோம். இல்லையேல், நாற்றம் எடுத்துவிடுவதுடன் பல நோய்களுக்கும் இடம் கொடுத்துவிடும். இதேபோன்று மனமும் தினமும் அல்லது அடிக்கடியோ, பிரார்த்தனை கொண்டு தூய்மைப்படுத்தப்பட வேண்டும். முகம் பார்க்கும் கண்ணாடியை அதிகநாள் தூசு துடைக்காமல் வைத்திருந்தால் அதில் எதையுமே பார்க்க முடியாது. ஏன், நம் முகம் கூட தெரியாது. இது போன்று, நம் மனதை, பிரார்த்தனை அல்லது தற்கருத்தேற்றம் மூலம் அடிக்கடி தூய்மைப் படுத்தாவிட்டால், உள்ளத்தில் மாசு படிந்து நோய்வாய்ப்பட்டுத் துன்பங்களுக்குள்ளாகும். உங்கள் சிந்தனை தெளிவாக இருக்காது; இதனால் நீங்கள் எதையும் சாதிக்க முடியாது.

காந்தியடிகள் சொன்னார்: 'இதயம் பிரார்த்தனையால் கழுவப்படாவிட்டால், ஆன்மா அசுத்தமாகிவிடுகின்றது.' எனவே, நீங்கள் நீராடியபின்னர், தினமும் ஓர் அமைதியான இடத்தில் பக்தியுடன் பிரார்த்திக்க வேண்டும்.

நம்மைக்கடந்த சக்தியை, எல்லாம் வல்ல இறைவனை, இராமபிரானை, கிருஷ்ணனை, சிவனை, விநாயகரை, முருகனை, பார்வதியை, லட்சுமியை, ஏசுவை, மேரியை, அல்லாவை நீங்கள் வணங்குபவராக இருந்தால், முழு நம்பிக்கையுடன் பக்தியுடன் பிரார்த்தனை செய்யுங்கள்.

நீங்கள் கடவுளை நம்பாத ஒரு நாத்திகராக இருந்தாலும், உங்கள் மீது நம்பிக்கை இருக்க வேண்டும். உங்கள் ஆற்றலில் நம்பிக்கை வைத்து, இயற்கையைப் பிரார்த்தனை செய்யுங்கள். இயற்கையின் ஆற்றலை நீங்கள் நன்கு அறிவீர்கள். இயற்கை எல்லையற்ற சக்தி கொண்டுள்ளது. நாம் பெறும் சக்தியும் இயற்கையிலிருந்துதான் கிடைக்கிறது. நம் நவீன அறிவியல் கூட இயற்கையின், இந்த அண்ட சராசரத்தின் (Universe) தோற்றம், முடிவு போன்ற புதிர்களை, முழுமையாக விளக்க முடியவில்லை. மேலும், நீங்கள் அறிவியல் பூர்வமாக, இந்த அண்டத்தைச் சுற்றி ஒருவித காந்த சக்தி உள்ளதென்றும், நம்முடைய உடலிலும் உயிர்க்காந்த சக்தி அல்லது உயிர் மின்னோட்டம் இயங்கிக் கட்டுப்படுத்துகின்றது என்றும் அறிவீர்கள். எனவே, நம் எண்ண அலைகளின் மூலம் காந்த சக்தியின் தூண்டல் ஏற்பட வாய்ப்புள்ளது. இப்படி ஏதோ ஒன்றின் மீது, நம்மைக் கடந்த சக்தியின் மீது, நம்பிக்கையும், பிரார்த்தனையும் சேர்ந்தால் அற்புதங்கள் நடக்கும்.

இறைநம்பிக்கையுடையவர்கள் வழிபட, ஒளிரும் விளக்கு, ஓம், சிலுவை, பிறை போன்ற குறியீடுகள், பல கடவுளரின் படங்கள் அல்லது வெற்றிடம்

ஆகியவற்றில் ஒன்றையோ பலவற்றையோ ஊடகமாகப் பயன்படுத்தலாம். பக்தியுடனும், நம்பிக்கையுடனும் பிரார்த்தனை செய்யுங்கள்.

இக்குறியீடுகள் / படங்கள் மனதை ஒருமுகப்படுத்தப் பயன்படும். இவ்வாறே, நம் பழக்க வழக்கங்களின் மூலம் மனதிற்குத் திருப்தி அளிக்கும் சில சமயச்சடங்குகளையும், மற்றவர்கள் மனம் புண்படாத வகையில் செய்யலாம். எந்த மதமும் ஒன்றைவிட ஒன்று, உயர்ந்ததோ தாழ்ந்ததோ இல்லை; ஒவ்வொரு மதத்தின் அணுகுமுறைகள் வெவ்வேறு; அவ்வளவுதான். எல்லா மதமும் அன்பு, அருளை பின்பற்றவேண்டுமென்கின்றன. எம்மதமும் ஒருவரை ஒருவர் கொல்லும் வன்முறையைக் கடுமையாக எதிர்க்கின்றன. நபிகள் நாயகம் அவர்கள் அழகாகக் கூறியுள்ளார்கள்:

'நம்பிக்கை என்பது எல்லா வன்முறைகளுக்கும் எதிரான ஒரு கட்டுப்பாடு.' இப்படிப் பல உண்மைகளை அடுக்கிக்கொண்டே போகலாம். நம்முடைய நோக்கம், பகுத்தறியும் ஆற்றல் படைத்த நாம், பிரார்த்தனை, தியானத்தின் மூலம் நம் ஆன்மசக்தியை மேம்படுத்தி திறமைமிகுந்த, மகிழ்ச்சியான, அன்புமிக்க ஓர் உலகை உருவாக்க வேண்டும் என்பதே.

5.3. தற்கருத்தேற்றம் (Auto-suggestion)

நீங்கள் படுக்கப்போகுமுன், அன்றைய நாள் நீங்கள் செய்த நல்ல, கெட்ட காரியங்கள், சாதனைகள், தோல்விகள் எல்லாவற்றையும் அலசிப் பாருங்கள். உங்களையும் மீறி நடந்த தவறுகளுக்காக வருந்தி, பின்வரும் நல்ல பயன்தரும் தற்கருத்தேற்றங்களைச் சொல்லுங்கள். உறுதியாகச் சொல்லுங்கள்.

சில உதாரணங்களை இங்கே பார்ப்போம்.

- அண்டமாச்சக்தியுடன் தொடர்பு கொண்ட எனக்குள் எல்லையில்லா சக்தி இருக்கிறது.
- என்னால் முடியாதது எதுவும் இல்லை.
- நான் நலமாக உள்ளேன். ஒவ்வொரு நாளும் நான் வலிமையுடன் முன்னேறுகிறேன்.
- நான் நிச்சயம் மிகச் சிறந்த் மாணாக்கனாக வருவேன்.
- என் பாடங்களைப் புரிந்துகொள்ள என்னிடம் மிக அதிகத் திறமை உள்ளது.
- தேர்வில் என் மதிப்பெண்கள் அதிகமாகிக்கொண்டு வருகின்றன.
- தேர்வுகளில் நான் அதிக மதிப்பெண்கள் எடுப்பேன்.
- நான் எதையும் சிறந்த முறையில் செய்வேன்.

நீங்கள் ஏதாவது ஒரு தொழிலை மேற்கொள்ள விரும்பினால், அது பற்றி இப்போதிருந்தே உங்கள் உள்மனதிற்கு கருத்துரையுங்கள்.

உதாரணம்: நான் ஒரு மிகச்சிறந்த மருத்துவராவேன். நான் ஒரு திறமைமிக்க பொறியாளராவேன்.

பிற பயன்கள்

சில நற்பழக்கங்களை உருவாக்கவோ அல்லது தீய பழக்கங்களை ஒழித்துக்கட்டவோ, அடிக்கடி உன்மனதிற்கு சில பொது வாக்கியங்கள் மூலம் கருத்துரைக்கலாம். 'நான்', 'என்னுடைய' என்று உங்களை இணைக்காமலும் பொதுவாகச் சொல்லலாம். ஆனால், திரும்பத்திரும்பக் கூறிக்கொண்டிருக்க வேண்டும். அப்போது அது உங்கள் மனதில் பதிவாகிப் பலன் கிடைக்கும்.

உதாரணம்:

- 'நாளை, நாளை' என்பது நமனை அழைக்கும்.
- சோம்பேறிகளே வேலையைத் தள்ளிப்போடுவர்.
- நேரங்கடந்து வருவது கெட்டப் பழக்கம்
- நகம் கடிப்பது அசிங்கமான, கெட்டப் பழக்கம்
- புகை பிடிப்பது, உடலைக் கொல்லும்
- புகை பிடிப்பது, புற்று நோய்க்கு இடம் கொடுக்கும்; புகைக்காதே.
- உங்கள் புலன்களை அடக்கியாளுங்கள்.
- முட்டாள்களே தேவையற்ற விவாதம் செய்வர்.

சபலம் (அ) ஆசையைக் களைதல்

ஏதாவது கெட்ட பழக்கத்திற்குச் சபலம் ஏற்பட்டால், உடனே உங்களுக்குப் பிடித்த ஒரு வேலை அல்லது செயலில் ஈடுபடுங்கள். இனிய பாடல் கேட்பது (அ) விளையாடுவது, பிரார்த்தனை செய்வது - இப்படி ஏதாவது ஒன்று (ஆனால், இதிலேயே அதிக நேரம் வீணாக்காதீர்கள்). தோட்ட வேலையாக இருக்கலாம், பெற்றோர் உறவினருடன் உரையாடுவது, ஓவியம் தீட்டுவது, பாட்டு எழுதுவது, இப்படி உண்மையான ஆர்வம் இருக்க வேண்டும். அந்த ஈடுபாட்டில் கெட்ட பழக்கம் பற்றிய எண்ணமே வரக் கூடாது. உங்கள் மன உறுதியையும் பயன்படுத்தி இப்படிச் சொல்லுங்கள்:

- நான் மன உறுதி மிக்கவன். இவ்வுலகில் எதுவும் என்னைச் சபலப்படுத்த முடியாது.

- நான் நல்ல பயனுள்ள செயலையே செய்வேன்.
- என் கெட்டப் பழக்கங்களை நான் வெல்வேன்.

நீங்கள் பக்தி நிறைந்தவர் என்றால், ஆண்டவர் மீது நம்பிக்கை வைத்து, 'ஓம் சக்தி', 'ஓம் சக்தி' என்று உங்கள் சபலம் சாகின்றவரை கூறிக்கொண்டே இருங்கள். அல்லது ஓம் சக்திக்கு பதில் உங்களுக்குப் பிடித்த இறைவன் பெயரைச் சொல்லிக்கொண்டிருக்கலாம்.

நீங்கள் எதைச் சாதிக்க விரும்பினாலும், உங்கள் உள்மனதிற்குக் கட்டளையிடுங்கள். அது உங்களுக்குக் கீழ்ப்படிந்து, கொஞ்ச நாளிலேயே நல்ல முன்னேற்றம் ஏற்பட்டு சிறந்த முறையில் சாதிப்பீர்கள்.

சிலர் இப்படிச் சொல்வதைக் கேட்டு எள்ளி நகையாடலாம், ஏனென்றால் அவர்களுக்கு உள் மனதின் ஆற்றல் தெரியாது. அது எப்படிச் செயல்படுகின்றது என்பதும் புரியாது. உளநூல் கற்பித்ததுடன், இவ்வகையில் பரிசோதனை செய்ததோடு பயனையும் அனுபவித்திருக்கிறேன். மற்றவர் பயன் பெற்றதையும் பார்த்திருக்கிறேன்.

எனவே, என் அருமை நண்பரே ! இந்த நுணுக்கங்களை (யுக்திகளை) நம்பிக்கையுடன் தொடர்ந்து ஒரு மாதமாவது பயன்படுத்தினால் நல்ல பலனைக் காணலாம். பயன்படுத்துவதை ஓரிரு நாளிலேயே விட்டு விடாதீர்கள். இப்போது மற்றொரு நுணுக்கத்தைப் பற்றித் தெரிந்து கொள்வோம்.

5.4. மனக்கண்பார்வை (Vizualization)

தற்கருத்துரைத்தல் (அ) கருத்தெற்றம் எல்லாம் உள்மனதுடன் சொல்வழித் தொடர்பாகும். இக்கருத்தேற்றத்தைக் காட்சி (visual) வழி செய்கின்றபோது, இன்னும் சிறப்பான பயன் கிடைக்கும். இது, வெற்றிக்குப் பயில வேண்டிய அடுத்த மேலான நிலையாகும். எதை, எப்படி வெற்றி பெற வேண்டுமென்று விரும்புகிறீர்களோ, அதை மனக்கண் முன் திரைப்படம் போன்று பார்த்து அதை நீங்கள் சாதிப்பதைக் காணுங்கள். உதாரணத்திற்கு, நீங்கள் முதல் மாணாக்கராக மதிப்பெண் எடுக்க விரும்பினால், அவ்வாறே மதிப்பெண் எடுத்து, எல்லோரும் பாராட்டுவது போன்று விளக்கமாக மனத்திரையில் காண வேண்டும்:

நீங்கள் நன்றாகப் படிக்கிறீர்கள், தேர்வை முழு நம்பிக்கையுடன் எழுதுகின்றீர்கள்; முடிவு வெளிவருகின்றது; மதிப்பெண் பட்டியலும் வந்துவிட்டது. நீங்கள் தான் முதல் மாணாக்கர் ! முதல்வர் உங்களைப் பாராட்டுகின்றார். உங்களுக்குப் பாராட்டு விழா, பள்ளியிலும், மாவட்டம்

அல்லது மாநில அளவிலும் நடக்கிறது. அமைச்சர் அல்லது முக்கியமான ஒருவர் உங்களுக்குப் பரிசு (அ) மெடல் கொடுக்கின்றார். உங்கள் நண்பர்கள், உறவினர்கள், பெற்றோர் யாவரும் பாராட்டுகிறார்கள்.

இதுபோன்று வண்ணத்திரைப் படக்காட்சிபோல் ஆர்வமுடன் காண வேண்டும்.

மனக்கண்பார்வை நம்முடைய வலப்புற மூளையை செயற்பட வைக்கிறது. ஆராய்ச்சியின்படி, வலப்புற மூளையை நாம் முழுவதுமாகப் பயன்படுத்தியதே இல்லை. வலது மூளை, மனக்கண்பார்வை மூலம் அடிக்கடி செயற்படுத்தப்படும்போது, அது மூளையில் (மனதில்) பதிவுகளை ஏற்படுத்துகின்றது. மெல்ல மெல்ல நீங்கள் ஊக்குவிக்கப்பட்டு செயல்படுகின்றீர்கள். மனக்கண்பார்வையின் ரகசியம் இதுதான்.

இதையும் சிலர் அறிவற்ற செயல் என்று எண்ணி நையாண்டி செய்யலாம். ஆனால் முழு நம்பிக்கையுடனும், தன்னம்பிக்கையுடனும் மனக்கண்பார்வையைப் பயின்று பாருங்கள், அது அற்புதமாக வேலை செய்யும். மெதுவாக உங்கள் நடத்தையில் மாறுதல் ஏற்படும். எது நீங்கள் முடியாது என்று முதலில் எண்ணினீர்களோ அதை முடித்துக் காட்டுவீர்கள். காலையில் தியானத்திற்குப்பின் விவரமாக, மனக்கண் பார்வையைப் பழகிவந்தால் அது உங்கள் மன உறுதியையும், சாதனை ஊக்கத்தையும் வளர்க்கும்.

இதனைப் பயனற்ற பகற்கனவு என்று கருதாதீர்கள். பகற்கனவு, உண்மையில் நடக்காதவை பற்றி, கற்பனையில் காண்பது. இதில் நீங்கள் என்ன சாதிக்க விரும்புகிறீர்களோ அது பற்றி கொழுந்து விட்டெரியும் ஆர்வமோ, சாதிக்க வேண்டுமென்ற ஊக்கமோ இல்லாமல், கற்பனை செய்வது பகற்கனவு. எந்தவித நோக்கமுமின்றி, தற்செயலாக நிகழ்வது. ஆனால் மனக்கண்பார்வை என்பது நோக்கத்தோடு, நீங்களாக மேற்கொள்வது. இதில் உள்மனம் என்னும் மாபெரும் நல்ல அரக்கன் மூலம் உங்கள் குறிக்கோள்களை, நோக்கங்களை அடைவதற்கு, நீங்கள் காட்சியுடன் கூறும் கருத்துரையாகும்.

வாரம் ஒரு முறையாவது உங்கள் சாதனைபற்றி மனக்கண்பார்வை மூலம் பழகுங்கள் அல்லது அடிக்கடி பழக முயலுங்கள். நீங்கள் உயர்ந்த நல்ல மனிதராக, நற்பண்புகளைப் பின்பற்ற வேண்டுவது அவசியம்.

ஜாதி, மத, இன, பொருளாதார பேதமின்றி, எல்லா மக்களிடமும் அன்பு காட்டுங்கள். அவர்களை நேசியுங்கள். இராமலிங்க அடிகளார் போல

விலங்குகள், தாவரங்களிடத்தும் கூட அன்பு செலுத்தலாம். யாருக்கும் எந்தத் தீங்கும் விளைவிக்கக் கூடாது. (நீங்கள் உங்கள் குடும்பத்துடனும் மாணாக்கராக இருந்தாலும், கீழ்க்கண்டவற்றை கடைப்பிடித்து வாருங்கள்.)

- எங்கும் எதிலும், பள்ளியிலும், வீட்டிலும் உங்கள் கடமைகளையும், பொறுப்புகளையும், ஓர் ஒழுங்குமுறையுடன் செய்யவும்.
- மற்றவர்கள் கருத்துகளுக்கு மதிப்பு கொடுங்கள்.
- தேவையும் பயனுமற்ற பேச்சுகளில் சக்தியை வீணடிக்க வேண்டாம்.
- இரு காதுகள் உண்டு. பிறர் சொல்வதை நிரம்பக் கேளுங்கள்.
- ஒரு வாய்தான் உண்டு, குறைத்துப் பேசுங்கள்.
- எளிமையுடன், புன்சிரிப்புடன் என்றும் செயல்படுங்கள்
- புத்தர் புகன்றவாறு நடு (மித) நிலையைப் பின்பற்றுங்கள்.
- உணர்ச்சிகளின் எல்லைகளுக்குப் போகாதீர்கள்.
- உண்மையாய் இருங்கள், இது உங்கள் செயல்களில் பிரதிபலித்து பாராட்டைப் பெற்றுத்தரும்,
- பகவத்கீதையில் கூறியுள்ளதைப்போல் பலனை எதிர்பாராது கடமையைச் செய்யுங்கள்!
- அமைதியாய் இருங்கள். ஆர்ப்பரிக்க வேண்டாம்.
- கடுஞ்சொற்களைப் பயன்படுத்தாது, இனிய சொற்களால் இதமாகப் பேசுங்கள்.
- பேராசை பெரு நஷ்டம், மற்றவர் சொத்துக்கு ஆசைப்படாதீர்.
- பொறாமை, கோபம், பழிக்குப்பழி, புறங்கூறுதல் யாவற்றையும் ஒழித்துக்கட்டுங்கள்!
- ஈவு இரக்கமுடன் முடிந்த அளவு உதவுங்கள்.
- நீதியையும் நேர்மையையும் கடைப்பிடியுங்கள்.
- இடையில் துன்பம் வரலாம். ஆனால் இறுதியில் வாய்மையே வெல்லும்.
- கற்றோரையும், பெற்றோரையும், பெரியோரையும் மதியுங்கள்.
- எதிலும் குறை கண்டு, எதிர்மறையாய் செயல்படாதீர்கள்.
- நல்லவற்றை எடுத்துக்கொண்டு பாராட்டுங்கள்.
- நண்பர்களையும் உறவினர்களையும் தைரியமூட்டி நல்லதே நடக்குமென்று ஊக்கம் கொடுங்கள்.

- எல்லாவற்றிலும் கெட்டதே நடக்கும் என்று கூறி அதைரியப்படுத்தி விடாதீர்கள்.

நல்லவர்கள், பெரியவர்களின் நட்பைப்பெறுங்கள். உங்கள் நடத்தையை உருவாக்கி ஆற்றல்களைப் பெருக்கி, நல்ல ஆளுமை பெற உதவுவார்கள். சுருக்கமாகச் சொன்னால், மற்றவர் உங்களுக்கு எப்படி உதவ வேண்டும் என்று எண்ணுகின்றீர்களோ, அப்படியே நீங்கள் மற்றவர்களுக்குச் செய்யுங்கள்.

5.5. முடிவுரை

உங்கள் மன ஆற்றல்களை முறையாகப் பயன்படுத்திக்கொண்டால் உங்கள் ஆன்ம சக்தியும் மேம்படும். ஓர் உயர்ந்த கடவுள் தன்மையுள்ள மனிதராக ஆக முயலுங்கள். இதுவே உயிரியல் பரிமாணத்தின் அடுத்த நிலை. இதனால் மண்ணிலேயே விண்ணுலகைக் காணலாம்.

உங்கள் ஆன்மசக்தியை வளர்த்துக்கொள்வதற்கான நுணுக்கங்கள்: பிரார்த்தனை, உள் மனதிற்குக் கருத்தேற்றம், மனக்கண்பார்வை (காட்சி வழி உள் மனதிற்குக் கருத்துரைக்கும் சிறந்த வழி). நீங்கள் இந்நுணுக்கங்களைப் பயின்று, பழகுவதன் மூலம், மகோன்னத சக்தியைப் பெற்று, மாபெரும் சாதனைகளைப் படைப்பீர்கள்! இது உறுதி.

இனி சமூகப் பண்பாட்டுத் திறமைகளை வளர்த்துக்கொள்ளும் வழிமுறைகளைக் காண்போம்.

6

சமூகத் தொடர்புகளை சாலப்பெருக்குங்கள்!

சமூகத்துக்குப் பணி ஆற்றவேண்டியது
நம் முதற்கடமை

– ஜான்சன்

6.1. தேவை

மனிதன் ஒரு சமூக விலங்கு என்பர். மனிதர்கள் தனித்து வாழ முடியாது. குழந்தை வளரவளர அதன் சமூக வட்டம் பெருகுகின்றது. முதலில், அது அம்மா, அப்பா, அண்ணா, தம்பி, அக்கா, தங்கை, உறவினர்களையும் தெரிந்துகொள்கின்றது. பின்பு, மழலையர் வகுப்பு முதல் மேல்நிலைப்பள்ளி வரை செல்லும்போது, நண்பர்கள், ஆசிரியர்கள், சுற்றியுள்ளவர்கள் என்று வட்டம் பெரியதாகிக்கொண்டே போகின்றது. இவர்களுடன் பொருந்தி வாழக் கற்றுக்கொள்ளாதவர்கள், வாழ்க்கையில் மகிழ்ச்சியும் வெற்றியும் பெற முடியாது. தொழிலிலும் இந்த நிலைதான்.

மாணாக்கர்கள் படிப்பின் பொருட்டு தங்கள் கிராமம் / நகரம் எனும் நிலையிலிருந்து மாவட்ட நகரம், மாநில நகரங்கள் என்று போக வேண்டி இருக்கும். IAS, IPS போன்றவை படிக்க, நாட்டின் தலைநகருக்கே போக நேரலாம். இந்தியா முழுவதிலும் எங்கு வேண்டுமானலும் வேலை செய்ய நேரலாம். ஏன், வெளிநாட்டுக்கும் போக நேரலாம். எனவே மாணாக்கர்கள், தங்களுக்குள் சமூகத்திறமைகளை, பழகும் பாங்கினை ஏற்படுத்திக் கொள்வதுடன் சமூகத் தொடர்புகளை பெருக்கிக்கொள்ள வேண்டி வரும்; இல்லையெனில், கல்வியிலும், வாழ்க்கையிலும் வெற்றி பெற முடியாது.

மேலும், மாணாக்கர் மக்களுடன் பழகும்போது நட்பு, அன்பு, பாசம் ஆகியவையும், நல்ல மனநிலையும் இல்லை என்றால் வெறுப்பு, சண்டை இடுதல் போன்றவற்றையும் ஏற்படுத்திக் கொள்வர். மாணாக்கப் பருவத்தில் சமூகத்தொடர்பு பற்றிய மனப்பழக்கங்கள், பின்னாளில் குடும்பத்தலைவராக, அலுவலராக, அரசியல் தலைவராக ஆகும்போதும் தொடர்ந்து வரலாம். எனவே, மாணாக்கர், நல்ல சமூகத் தொடர்புகளை, பள்ளி நிலையிலேயே கற்றுக்கொள்ள வேண்டும், அப்போதுதான் சொந்த வாழ்விலும், சமூக வாழ்க்கையிலும் அமைதியும், நல்லுறவும் இருக்க முடியும்.

6.2. மனப்பற்றுகளும், மனப்பான்மைகளும்

பண்டிட் நேரு இந்தியாவைப் பற்றிக் கூறியதை நினைவு கூருங்கள் '*பன்மையில் ஒருமை*'. ஆம், மொழி, மதம், இனம், வழக்கம், உணவுப்பழக்கம், உடை, நடை, சூழ்நிலை இப்படி யாவற்றிலும் பல வேறுபாடுகள் இருந்தும், ஒரு தனித்தன்மை கொண்ட தேசியப் பண்பாடு உள்ளது நம்நாடு. எனவே நாம் சமூகத்தில் உள்ளவர்களோடு நல்ல மனப்பான்மையுடன் பழக வேண்டும்.

நல்ல செயல், மக்கள் மீது ஒரு விருப்பம் அல்லது பாசம், தவறான செயல் அல்லது மக்கள் மீது ஒருவகை வெறுப்பு என்று உங்களுக்கு *மனப்பற்றுகள்* ஏற்படலாம். அவர்களுடன் பழகிய அனுபவத்தின் மூலமாகவும், நண்பர்கள், ஆசிரியர், பெற்றோர் அவர்களைப்பற்றிக் கூறுவதைக் கொண்டும், உங்களிடம் ஒரு விதமான 'மனப்பற்று' (sentiment) உண்டாகலாம். கெட்ட மாணாக்கரை வெறுக்காதீர்கள், அவர்களுக்காக வருந்துங்கள்; என்றாலும் இவர்களின் கூடா நட்பினை தவிர்த்து விடுங்கள். இல்லை என்றால், உங்கள் வாழ்க்கை சிதைந்துவிடும்.

உங்களுடன் பல மொழி பேசுபவர்கள்; பல சாதி, மதத்தை சார்ந்தவர்கள், ஏழை - பணக்காரர் என்று பல நிலையினர் படிக்கலாம். யாரையும் இந்த வேற்றுமைகளுக்காக ஒதுக்கி விடாதீர்கள். என்லோரையும் சமமாகக் கருதும் மனப்பான்மை வேண்டும். சக மாணாக்கரின் *ஒழுக்கம், நன்னடத்தை* மட்டுமே கருத்தில் கொள்ள வேண்டும். உங்கள், விருப்பு வெறுப்புக்கு இவைதான் காரணமாக இருக்க வேண்டும்.

சமூகம் அல்லது உங்கள் பள்ளி மாணாக்கர், இப்படிப் பல வேறுபட்டவர்களுடன் பழகவும், தலைமைப்பண்பை வளர்க்கவும், பயனுள்ள நல்ல நண்பர்கள் சூழலை ஏற்படுத்திக் கொள்ளவும், அவர்களுடன் விவாதிக்கவும். சிலவற்றில் அவர்கள் உங்கள் கருத்தை ஏற்றுக்கொள்ளச் செய்யவும். அவர்களுடைய சுகதுக்கங்களில் பங்கேற்கவும் வாய்ப்புகளைத் தருகின்றனர்.

வளர வளர, உங்கள் கிராமத்தின் மீதும், சமூகத்தின் மீதும், மொழி, நாட்டின் மீதும் பற்றுகளை வளர்த்துக்கொள்ள வேண்டும். மேலும், ஆசிரியர், பெரியவர்களுக்கு மரியாதை அளித்தலும், தாய்மொழியின் மீதும் தாய்நாட்டின் மீதும் பற்று வர வேண்டும்.

6.3. பொருத்தப்பாடும், நன்னடத்தையும்

ஒரு சமூகத்தின் பண்பாடு, காலப்போக்கில் சிறிது சிறிதாக எது, எப்படி, எப்போது, எங்கே, மாறியது என்று சொல்ல முடியாத நிலையில் தேவைக்கேற்ப

மாறுகின்றது. இப்படித்தான் கற்கால நாகரிகம் முதல் தற்காலப் பண்பாடும், மாநிலத்திற்கு மாநிலம், நாட்டுக்கு நாடு மாறுபட்டிருக்கும்.

நாம் வாழுகின்ற சூழலுக்கு நம்மை நாம் மாற்றிக்கொள்ள வேண்டும் என்றாலும் சில சமயங்களில், மக்கள் கண்மூடித்தனமாக தவறுகளை ஆதரித்தால், பகுத்தறிவு கொண்டவர்களாக நாம் ஆராய்ந்து தனித்தும் நிற்க வேண்டும். சில சமயம் சில நல்ல மாற்றங்களைக்கூட பொது மக்கள் எதிர்ப்பார்கள். அறிவியலறிஞர்களின் புதுக் கண்டுபிடிப்புகளை அவர்கள் காலச் சமூகம் பெரும்பாலும் ஏற்றுக்கொள்ளவில்லை. மாறாக, அவர்கள் துன்புறுத்தப்பட்டிருக்கிறார்கள். இதுபோன்ற நேரங்களில் நீங்கள் நேர்மை, நியாயத்தின் பக்கம் நிற்க வேண்டும்.

மற்றவர் சுதந்திரம் ஆரம்பிக்கின்ற இடத்தில் உங்கள் சுதந்திரம் முடிவடைகின்றது.

அன்பு, பாசமுடன் இருங்கள் யாவரையும் நேசியுங்கள். ஒரு பேரறிஞர் கூறிய கருத்து அற்புதமானது. 'அன்பு, வளராதபோது, நிலவைப் போல், குறைகின்றது'. அதாவது நம் அன்பு வளராவிட்டாலும் குறையக் கூடாது. பணிவுடனும், எளிமையுடனும் இருங்கள். ஆனால் அநீதிக்குத் தலைவணங்காதீர்கள். **ஜெ. மாரஸ் என்பார் சொன்னார்:** 'சாத்தானின் மாபெரும் பாவம் தலைக் கனம்தான்.' உண்மை தான். தற்பெருமையும், தலைக்கனமும், தன்னை அறிந்துகொள்ளத் தடையாகி, மற்றெல்லாத் தவறுகளுக்கும், பாவங்களுக்கும் வழி கோலுகின்றது.

நீங்கள் மாசுமறுவற்ற நன்னடைத்தையும் ஒழுக்கமும் கொண்டவராக இருக்க வேண்டும்.

நன்னடத்தையை இழந்தால் எல்லாம் இழந்தவர் ஆவர். (If character is lost, everything is lost). ஆகவே இது நேர்மையான பாதையைப் பின்பற்றும் தைரியத்தைக் கொடுக்கும்; தீய மக்களை எதிர்க்கும் ஆற்றலைக் கொடுக்கும்.

அலுவலகங்களிலும், அரசியலிலும், ஊழலில் ஈடுபடும் மக்கள் மகிழ்ச்சியாய் இருப்பதைப் போல் தோன்றுவதைப் பார்த்துக் குழப்பமடையாதீர்கள்! அவர்களடைய புற வாழ்க்கையைப் பார்த்து ஏமாந்து போகாதீர்கள். அவர்கள் எல்லா வசதி வாய்ப்புகளுடனும், பார்ப்பதற்கு சிரித்துக்கொண்டும் இருப்பார்கள். ஆனால் மனதிற்குள் பயந்து, அழுது புலம்பிக் கொண்டிருப்பார்கள். அவர்கள் வாழ்க்கை செயற்கையானது, போலியானது, இயற்கையானது அன்று. எந்த நேரத்திலும் தனக்குக்

கீழிறங்கும் நிலை வரும் என்று அஞ்சுவர். அவர்கள் மனசாட்சி குத்திக் கொண்டிருக்கும் என்றாலும், புலன் மகிழ்ச்சிக்காகவும், பணத்திற்காகவும் மனசாட்சியை கொன்று புதைத்துவிடுவர். அவர்களால் மாத்திரை சாப்பிட்டுத்தான் தூங்க முடியும். இது போன்ற இழிவான வாழ்க்கை நமக்கு வேண்டுமா ?

நம்முடைய நோக்கம் *வாழ்க்கையில் வெற்றி பெற்று, உண்மையான மகிழ்ச்சி பெற வேண்டும் என்பதுதான்.* பொற்கூண்டில் சிறைப்படுத்தப்பட விரும்பாதீர்கள். மைதாஸ் கதை அறிவீர்கள். தொட்டது எல்லாம் பொன்னாக வேண்டும் என விரும்பினான். எல்லாம் பொன்னானது. சாப்பிடவும் முடியவில்லை. தொட்டதும் பொன்னானதால் எப்படிச் சாப்பிடுவது ? உணவு இன்றி உயிர் வாழ முடியாதபோது பொன்னை வைத்து என்ன செய்வது ? *நாம் இவ்வுலகில் வாழப் பணம் தேவை. ஆனால், நம் உடல், உள்ள, ஆன்மாவை பாதிக்காத அளவுக்கு பணத்திற்காகப் பாடுபடலாம்.* பணமே வாழ்க்கை அன்று.

6.4. பழக்கங்கள்

மனிதன் பழக்கங்களின் தொகுப்பு. பழக்கங்கள் இரண்டாவது இயற்கை என்னும் அளவுக்கு வலிமையானது. ஒருவர் சாதனையாளர் என்றால் அவரிடம் நிச்சயம் பல உயர்ந்த பழக்கங்கள் இருப்பதைக் காணலாம். வெற்றியாளர்களில் ஒருவர் அல்லது இருவரிடம் விசித்திரமான பழக்கங்கள் இருக்கலாம். ஆனால் எல்லோரிடமும், தொடர்ந்து மன உறுதியுடன் பழகிக் கற்ற, பல நல்ல பழக்கங்கள் கட்டாயம் உண்டு. பழக்கத்தின் பயன், ஒரு செயலைக்கவனத்துடன் நனவு முயற்சி இன்றியே செய்யலாம். அதாவது, தானாகவே செய்து முடிப்பீர்கள். மாணாக்கரின் நன்னடத்தையை உருவாக்குவதில் பழக்கம் மிக மிக முக்கிய பங்கு வகிக்கின்றது. சிறந்த நடத்தை என்பது பல உயர்ந்த, சிறந்த, நல்ல பழக்கங்களின் தொகுப்பே ஆகும். கெட்ட நடத்தை, கெட்ட பழக்கங்களினால் உண்டாவதே.

பழக்கங்களின் வகைகள்

அ) ***உடற்பழக்கங்கள்:*** சைக்கிள் விடுதல், நீந்துதல், கையெழுத்து போன்றவை.

ஆ) ***சொல் / மனப்பழக்கங்கள்:*** நினைவு, எழுத்துக் கூட்டுதல், வாய்பாடு, பாடல்கள், சூத்திரங்கள் நினைவில் கொள்ளுதல்

இ) ***சமூகப் பழக்கங்கள்:*** பெரியவர்களுக்கு மரியாதை கொடுத்தல், ஆசிரியர்களுக்கு மரியாதை, எதையும் முழு ஒழுக்கமுடன் செய்தல், நட்பு மனம்.

ஈ) *அறநெறிப் பழக்கங்கள்:* உண்மையே பேசுதல், அறநெறிச் செயல்களையே செய்தல்.

உ) ***சிந்தனைப் பழக்கங்கள்:*** நேர்முறை (நல்லதையே) சிந்தித்தல், எல்லோரையும் எளிதில் நம்பிவிடுவது. எல்லோரையும் எதற்கும் சந்தேகிப்பது.

புரிந்து கொள்வதற்காக சில உதாரணங்கள் மட்டுமே கொடுத்துள்ளோம்.

‘உங்கள் பழக்கங்களைப்பற்றிக் கூறுங்கள். நீங்கள் எப்படிப்பட்டவர் என்று நான் கூறுவேன்’ என்பது வழக்கு மொழி. உங்கள் சக்தியைச் சேமிக்கவும், செயல்களைத் திறம்பட விரைந்து திறமையுடன் செய்து வெற்றி பெறவும் நற்பழக்கங்கள் தேவை. மேற்கத்திய பண்பாட்டின் தாக்கத்தால், உங்களைப் போன்ற இளைஞர்கள், பல தவறான கெட்ட பழக்கங்களால், தங்கள் வாழ்க்கையை *அவர்களாகவே கொன்று கொண்டிருக்கிறார்கள்.*

புகைபிடித்தல், குடிப்பழக்கம், போதைப் பொருளுக்கு அடிமை, தீய நண்பர்கள், பான்பராக் போடுதல், இக் கெட்டப்பழக்கங்கள், புலன்களுக்கு மகிழ்ச்சி தருவதுபோல் தோன்றும். ஆனால் முடிவில் உங்களை அவை அடிமையாக்கி, அவற்றினின்றும் மீள முடியாதபடி கிடுக்கிப்பிடி போட்டுவிடும்.

சர் ரோஜர் ல. எஸ்ட்ரேஞ்ஜ் கூறியது பழக்கத்திற்கு மிகவும் பொருந்தும்.

‘புலன் உணர்ச்சியும், நெருப்பு மற்றும் நீரும் ஒன்றெனக் கொள்ளலாம்; ஏனெனில், இவை நல்ல வேலையாட்கள், ஆனால் மோசமான எஜமான்.’ ஆமாம் நீங்கள் பழக்கங்களை அடக்கியாளாவிட்டால், அவை உங்களுக்கு எஜமானாகிவிடும். சக்தியைச் சேமியுங்கள்; நீங்கள் சாதனை படைக்கப்பிறந்தவர்கள்; மற்றவர்கள் உங்கள் திறமைகளை, தன்மைகளைப் போற்ற வேண்டும். தவறான பழக்கங்களில் உங்கள் சக்திகளை சிதறவிடாமல், வீணடிக்காமல் சேமித்தால் மட்டுமே முடியும். கெட்டப் பழக்கங்களுக்கு அடிமையாகி, அற்ப, தவறான, போலியான சுகங்களுக்கு ஆசைப்படுவதைவிட, அவற்றை விலக்குவதன் மூலம் காலமெல்லாம் கிடைக்கும் பெரும் நன்மைகளைக் கருத்தில் கொள்ள வேண்டும்.

‘எந்தத் தவற்றையும் உணராமல் இருப்பதே தவறுகளிலேயே பெருந்தவறு’ என்று **கார்லைல்** என்ற மேதை அருமையாகச் சொன்னார்.

பின்விளைவுகளைப் புரிந்துகொள்ளுமளவுக்கு இப்பருவத்தில் போதுமான முதிர்ச்சி இன்மையாலும், மாணாக்க நண்பர்களுடன் அவர்கள் போக்கில் வாழ வேண்டும் என்ற எண்ணத்தாலும், நீங்கள் தீய பழக்கங்களுக்குப் பலியாகலாம்.

உங்களுக்கு வலிமையான மன உறுதி வேண்டும். தீய பழக்கங்களுக்கு அடிமையான நண்பர்களைத்திருத்தி, நரக வாழ்க்கையிலிருந்து மீட்க வேண்டும். உங்கள் நல்லுணர்வுகளையும் அறிவுரைகளையும் அவர்கள் புரிந்து கொள்ளவில்லை என்றால், அவர்களிடமிருந்து நீங்கள் விலகிச் செல்லுங்கள். தயங்காதீர்கள்!

என் அருமை நண்பர்களே! இது போன்ற உறுதியான, சரியான முடிவெடுத்து, அவர்களை விட்டு விலகுவதால் அவர்கள் கேலி செய்வார்களே என்று, தயங்கியவர்களெல்லாம் இன்று கடந்த கால தீய பழக்கங்களால் அழுது புலம்பிக் கொண்டிருக்கிறார்கள். என்னால் பல உதாரணங்களைக் கொடுக்க முடியும். இப்போது முயன்றாலும் அவர்களால் வெளி வர முடியவில்லை. எனவே, அந்த நிலை இருக்குமானால் ஆபத்து. நீங்களும் அவர்களில் ஒருவராக மாறாமல், உடனே உறதியான முடிவெடுத்து வெளியில் வந்து விடுங்கள். அவர்களில் சிலர் இறந்தும் போனார்கள். (தொடர் குடியர்கள்) சிலர் குணப்படுத்த முடியாத கொடிய வியாதிகளினால் (எய்ட்ஸ், HIV) நரக வேதனையில் உள்ளனர்.

தொடர்ந்து புகை பிடிப்போரில் பலர் புற்றுநோய்க்கு ஆளாகிறார்கள். ஆரம்ப நிலையில் கண்டுபிடித்தால் வைத்தியம் செய்து குணப்படுத்தலாம்.

உங்கள் பெற்றோர் அதிக நம்பிக்கை வைத்திருக்கும் உங்கள் பொறுப்பினை, சில நிமிட புலன் இன்பத்திற்காக இழக்கும் ஆபத்தை எதிர் கொள்ள வேண்டுமா? காலமெல்லாம் அத்தகைய குணமாக்க முடியாத நோய்களினால் அல்லல் பட வேண்டுமா? இதுவா உண்மையான மகிழ்ச்சி!

ஒவ்வொரு மனிதரும் இலட்சக்கணக்கான ரூபாய் மதிப்புடையவர்கள். மனிதப்பிறவி ஆண்டவரின் அற்புதப்பரிசு. ஃப்ரான்சிஸ் குவார்ல்ஸ் கூறுவார்: 'விண்ணுலகின் வியத்தகு படைப்பு மனிதன்'. இதை நாம் அழித்து வீணாக்க வேண்டுமா!

தீய பழக்கங்களை வெல்வது எப்படி?

வந்தபின் மிகப் பெருமளவு முயற்சியில் குணப்படுத்தலைவிட, ஒரு சிறிது முயற்சியில் வருமுன் காப்பது சிறந்தது; ஒரு தீய பழக்கத்தை வராமல் காத்துக் கொள்வது மிகச் சிறந்தது. இது ஜெ. மாரஸ் என்பாரின் அனுபவக் கூற்று.

தீய பழக்கத்துக்குள்ளானவர், அவர்கள் செய்வது தவறானது, தனக்கும், குடும்பத்திற்கும் சமூகத்திற்கும் கேடுவிளைவிப்பது என்று மிகவும் உணர்ந்து வருந்த வேண்டும். சபலத்தில் மீண்டும் செய்ய நேரிடும்போது வெறுத்து ஒதுக்க முயல வேண்டும்.

எண்ணமே எல்லாச் செயல்களுக்கும் அடிப்படை. தீய பழக்கம் தொடரவும் எண்ணமே காரணம். எனவே, அப்படி *ஒரு சபலம், எண்ணம் வரும்போதே, அதை முளையிலேயே கிள்ளி எறியுங்கள்.* அதைப்பற்றி எண்ணம் வராமல் தடுக்க, உடனடியாக ஒரு நொடியும் வீணாக்காது உங்களுக்குப் பிடித்த *ஆண்டவர் பெயர், ஜபம், மந்திரம், ஏதாவது ஒன்றை தொடர்ந்து சொல்லுங்கள் (ஈடுபாட்டுடன்).* **உதாரணம்:** *ஓம் சக்தி, ஓம் முருகா, ஓம் நமசிவாய, ஓ ஏசுவே, யா அல்லா, இப்படி ஏதாவது ஒன்று.*

ஏ. போப் என்பவர் எடுத்துரைத்தார்: '*சுதந்திரத்தின் விலை நிரந்தரமாக விழிப்புணர்வுடன் இருப்பதே.*' ஆமாம், பழக்கமான அடிமைத்தனத்தை உடைத்தெறிய எக்காலமும் விழிப்புணர்வுடன் இருங்கள். இது தீய பழக்கம்பற்றி எண்ணத்தை அழித்துவிடும். எப்போதெல்லாம் சபலம் தட்டுகிறதோ, அப்போதெல்லாம் சோர்வடையாது விழிப்புடன் இருந்து அதைத் தகர்த்தெறியுங்கள்.

நீங்கள் விரும்பும் வேறு செயலில் அல்லது பழக்கத்தில் ஈடுபடுவது தீய பழக்கத்தை நீக்க உதவும். ஆனால் அதுவும் தீய பழக்கமாக இருக்கக்கூடாது. அப்படி இருந்தாலும் கொடிய பழக்கம் இல்லாமல் இருந்தால் போதும். **உதாரணம்:** பாக்கு அல்லது வெற்றிலை போடுவதை, புகைபிடிப்பதற்குப் பதில் செய்வது, முதலில் அதிகமாக இருந்தாலும், *போகப்போக தேவையானபோது மட்டுமே உபயோகிக்க வேண்டும்.* இப்படியே விஸ்கி சாராயத்திற்குப் பதில் பழரசம் பருகுவது.

இவையெல்லாம் இன்றி, முன்பு கூறியது போல, தற்கருத்தேற்றம் மூலமும் *தீயபழக்கத்தை ஒழித்தழிக்கலாம்.*

6.5. பாலியல் கல்வி

இப்போது நீங்கள் இருக்கும் குமரி / குமாரப் பருவ வளர்ச்சி நிலையில், உடன் படிக்கும் சக மாணாக்கர் மீது அன்பு தோன்றும். எதிர் பால் (sex) மாணாக்கரிடம் ஒரு வித ஈர்ப்பு எற்படும். மனித உடலமைப்பின் உயிர்வேதியல் அடிப்படையில் இத்தகைய ஈர்ப்பு இயற்கையானதே. நல்ல நண்பர்களுடன் நட்பு கொள்ளுங்கள். தவறான நண்பர்கள் தூண்டுதலால் ஆபாசமான அல்லது அசிங்கமான பொருள் பற்றி பேசுவதோ, அத்தகைய சினிமா (அ) படங்களைப் பார்ப்பதையோ தவிர்த்து விடுங்கள்.

உண்மையில், உணர்ச்சியினால் பாதிக்கப்படாமல், அறிவியல் பூர்வமாக விவாதித்தால் எதுவும் ஆபாசமானதோ, அசிங்கமானதோ இல்லை. ஆனால், இந்த வயதில், மன எழுச்சியில் ஒரு தாக்கம் இன்றி விவாதிக்கும் முதிர்ச்சி ஏற்பட்டிருக்காது.

அன்புடன் நான் சொல்வதைப் புரிந்து கொள்ளுங்கள். இந்த வயதில் உங்களைத் துறவியாகவோ, சாமியாராகவோ ஆக வேண்டுமென்று நான் சொல்லவில்லை, அதே நேரத்தில் உண்ணப்பயன்படாமல் கெட்டு வீணாகிப் போகும் *பிஞ்சிலே பழுத்த பழமாக நீங்கள் ஆகக்கூடாது* என்பது என் பேரவா. நீங்கள் நலமுடனும், திறமையுடனும் வாழவேண்டும்.

ஒவ்வொரு செயலுக்கும் ஒரு நிலை, ஒரு வயது உண்டு. எனவே, உங்கள் வாழ்க்கையில் படித்து முன்னேறி, ஒரு தொழில் மேற்கொண்டு, வருவாயும், பேரும் சுயமதிப்புடனும் வாழ்கின்ற நிலை வந்தபின், உங்களுக்குப் பிடித்த *வாழ்க்கைத்துணையை மணந்து முழுமையுடனும், பண்புடனும், இன்பம் நிறைந்த இல்லறத்தில் ஈடுபடலாம்.* இதனால்தான் அரசு ஆடவர்க்கு 21 வயதும், பெண்டிர்க்கு 18 வயதும் திருமண வயதாக நிர்ணயித்துள்ளது. நீங்கள் வாழ்க்கையில் ஒரு இடத்தைப்பிடித்து, பின் திருமணம் செய்து கொண்டபின், பண்பான இன்பத்தில் ஈடுபடலாம். அதுவரை ஆண்டவர் கொடுத்த உடலை நன்கு பாதுகாத்து, வெற்றி பெற முயலுங்கள். அரும்பாய், மொட்டாய் இருப்பது, பூக்காது பூக்க வைத்தால் மலராய் இராது. மலரவேண்டிய தறுவாயில் மலர்ந்தால்தான் மணக்கும். எதற்கும் குறிப்பிட்ட காலம், பருவம் வர வேண்டும்.

தீயவர்கள், கொடியவர்கள், பணத்திற்கு ஆசைப்பட்டு, உங்களைப் போன்ற *இளைஞர்களை மட்டரகமான சினிமா மற்றும் புத்தகங்களைக் கொண்டு ஏமாற்றித் தூண்டிவிடுகின்றார்கள்.* இத்தகைய பழக்கம், மற்றும் ஈடுபாட்டால் ஏற்படுகின்ற மோசமான விளைவுகளைப் புரிந்துகொள்ளும் மனப்பக்குவம் உங்களுக்கு இன்னும் வந்திருக்காது. அதனால் எச்சரிக்கையாக இருக்க வேண்டும்.

இனிப்பு (லட்டு முதலியன) உண்ணச் சுவையாகத்தான் இருக்கும். என்றாலும் 3 மாத குழந்தைக்கு நிறைய இனிப்பைக் கொடுக்கலாமா? என்ன ஆகும். உயிருக்கே ஆபத்தாகிவிடும்.

ஆபாசப் பேச்சுகள், படங்கள், சினிமா ஆகியவை தவறான முறையில் தூண்டி உயிர்ச்சத்தாகிய விந்துவை வீணாக்கச் செய்யும். இவை சுய இன்பம், அல்லது தவறான பழக்கத்தினை செயற்கையாகத் தூண்டி வீணாக்கும்.

உங்களுக்கு ஊறுகாய் பற்றிய உதாரணம் முன்பு கூறினேன். வலியுறுத்துவதற்காக அதை மீண்டும் பார்ப்போம். ஊறுகாய், சுவையைக் கூட்டி நன்கு சாப்பிட உதவுகின்றது. ஆனால் அதையே சாப்பாடாகச் சாப்பிட்டால் என்ன ஆகும்? வயிற்றுப் புண் வந்து, வாழ்வை முடித்துக்

கொள்ள வேண்டியதுதான். இப்படியாகி விட்டால் நல்ல உணவைக்கூட உங்களால் உண்ண முடியாது. இது நன்கு, தெளிவாகப் புரியும்.

இதே கதி தான், உன்னத பாலியல் உணர்வுகளைத் தவறான வயதில், எல்லையற்றுத் தூண்டி தவறாகவும், அதிகமாகவும் பயன்படுத்தும்போது ஏற்படுகின்றது. உயிர்ச்சத்து மேலும் முதிர்ச்சி பெற்று தக்க வயதில் பயன்படுத்துவற்குமுன், இயற்கையாக ஓரளவு உடலில் சேர்கின்றபோது, அது தானாக அவ்வப்போது வெளியேறும் வழியைக் கனவின் மூலம் ஆண்டவன் அருளியுள்ளார். நீங்கள் நல்ல முறையில் உங்கள் முன்னேற்றத்தில் மனதைச் செலுத்தி, செயல்படுகின்றபோது இயற்கையான வெளியேற்றமும் குறைவாகவே இருக்கும். இதை விடுத்து, அடிக்கடி ஆபாசப் பேச்சுகளிலும், படங்களைப் பார்ப்பதிலும் ஈடுபட்டால் உங்கள் உயிர்ச்சத்து அளவுக்கு மீறி வீணாக வெளியேற்றப்படும். நீங்கள் வெளுத்துப்போய், பலமிழந்தவர்களாக, இரத்த சோகை கொண்டவர்களாகி விடுவீர்கள். இந்த நிலை தேவைதானா ?

பிரம்மச்சரியம் / கன்னிநிலை

சுருங்கக் கூறின், குமரப்பருவத்தில் உண்மையான பிரம்மச்சரிய / கன்னி நிலையைக் கடைப்பிடிக்க வேண்டும். புலனடக்கம் தேவை. நம்முடைய ஞானிகள், ஆதிகாலந்தொட்டு, வாழ்க்கை நிலைகளை அருமையாக வகுத்திருந்தனர். திருமணமாகின்ற வயது வரை பிரம்மச்சரியம் *(புலனடக்கம்)* வலியுறுத்தப்பட்டது, பின் கிருஹஸ்தர் (மணமான நிலை, இல்லறம்). அடுத்தது வானப்பிரஸ்த (இல்லறத்திற்கும், துறவறத்திற்கும் இடைப்பட்ட) நிலை, கடைசி நிலை துறவு நிலை - சன்னியாசம் எனப்பட்டது. இதில் பிரம்மச்சரிய காலத்தில், உண்மையான புலனடக்கத்துடன் வாழ வேண்டும்.

உயிர்ச்சத்தை கட்டுப்படுத்திக் காப்பதானால், உங்களுக்கு, வலிமை, ஆற்றல், மனோசக்தி, எதிர்ப்புசக்தி, மன ஒருமைப்பாடு, அமைதி, வெற்றி எல்லாம் ஏற்படும்.

அப்படி இன்றி, அதனை வீணாக்கினால், நேர்மாறாக தொல்லையும், அவமானமும் பட நேரிடும். தன் சக்தியை *தவறாகப் பயன்படுத்துபவர் ஒரு நடைப்பிணமாகக் காட்சி அளிப்பார்.* இவற்றையெல்லாம் உங்களை பயமுறுத்தக் கூறவில்லை. உங்கள் வெற்றியில் ஆர்வம் உள்ள நண்பனாகக் கூறியுள்ளேன். மேலும் ஏதாவது சந்தேகம் எழுந்தால், நல்ல நண்பர்கள், நல்லாசிரியர், மருத்துவரை அணுகுங்கள்.

6.6. தவறான விவாதம்

கெட்ட நண்பர்கள், இப்படித்தவறான பழக்கங்களில் (புகை பிடித்தல், குடித்தல், போதைப்பொருள் பழக்கம்) ஈடுபடுவோரில் பலர் எந்த நோயும் இன்றி நன்றாகவே இருக்கின்றார்கள். இது உண்மை போல் தெரியும். ஆனால், ஆண்டுகள் போகப் போக, அவர்கள் பல துன்பங்களுக்கும் ஆளாகி, திறனற்றுப்போவர். பரம்பரையான எதிர்ப்புச் சக்தியும், வலிமையும் கொண்ட மிகச் சிலர், அதிக நாள் நலமாக இருக்கலாம். அப்படிப்பட்டவர்களுக்குக் கூட இறுதி நிலை நிறைவாக இருக்காது. இந்த மிகச் சிலரின் உதாரணத்தைக் கொண்டு பெரும்பான்மையானவர், தவறான பழக்கத்தால் படும் பாட்டை மறந்து விடாதீர்கள். அவர்களின் துயர் நிறைந்த வாழ்க்கையிலிருந்து நாம் பாடம் கற்றுக்கொள்ள வேண்டும்.

6.7. புனர்வாழ்வு

உங்களில் ஒரு சிலர், ஏற்கெனவே தவறான பழக்கங்களில் சிக்கி இருந்தால் நல்ல நண்பர்கள், உறவினர், ஆசிரியர்களின் உதவியை நாடலாம். தேவைப்பட்டால் புனர்வாழ்வு மையங்களுக்கும் போகலாம். பல நவீன மையங்கள் இப்போது ஏற்படுத்தப்பட்டுள்ளன. தேவைப்பட்டால், கவனமாகத் தொடர்ந்து வைத்தியம் செய்ய நேரிடும். போலி மருத்துவர்களிடம் ஏமாறக்கூடாது. மன உறுதியுடன், தற்கருத்தேற்றம் செய்து கொள்வதன் மூலமும் புது வாழ்வு பெறலாம். நான் தீய பழக்கங்களிலிருந்து விடுபட்டுவிட்டேன், இப்போது நலமாக உள்ளேன், என்று கருத்துரையுங்கள்.

6.8. உண்மைக்கு மாறான திரைப்பட, தொலைக்காட்சி நிகழ்ச்சிகள்

உங்களைச் சுற்றியுள்ள மக்களுடன் தொடர்பு கொண்டு சமூகப் பண்புகளை வளர்த்துக்கொள்ளும்போது, திரைப்படத்திலும், தொலைக்காட்சியிலும் காட்டப்படும் உண்மைக்கு மாறான நிகழ்ச்சிகளைக் கண்டு ஏமாறாதீர்கள். இந்த நிகழ்ச்சிகள் எல்லாம் பணத்திற்காக மக்களைச் சுரண்டும் நோக்கோடு உண்மைக்கு மாறாகத் தயாரிக்கப்படுகின்றதை நம்மில் பலர் (போதுமான முதிர்ச்சி இல்லாமையால்) திரைப்படங்களிலும், தொலைக்காட்சிகளிலும் காண்பவை உண்மை என்று நம்பி வருகின்றனர். 'சூப்பர்மேன்' என்ற தொலைக்காட்சிகளில் தொடரைப் பார்த்துவிட்டு, சில குழந்தைகள் உயரமான இடத்திலிருந்து, குதித்து உயிர் போகுமளவுக்கு அடிபட்டு மருத்துவமனையில் சேர்க்கப்பட்டார்கள் என்பதை அறிந்திருப்பீர்கள்.

இவ்வாறே, இளமைப்பருவத்தில் தங்களைக் கதாநாயகனாகவும், கதாநாயகியாகவும் கற்பனை செய்துகொண்டு தங்களையே பலர் அழித்துக்கொள்கிறார்கள். பணத்திற்காக பல திரைப்படங்கள், செயற்கையான ஆபாசக் காட்சிகளை வாழ்க்கையைப் போல் காட்டுகின்றன. இதைப் பார்க்கும் பள்ளி/கல்லூரி மாணாக்கர்கள் அவர்கள் யாரையாவது காதலித்தால் தான் கதாநாயகன்/கதாநாயகி; இல்லைஎனில், உதவாக்கறை என்று நினைக்கத் தூண்டடப்படுகிறார்கள். *பக்குவப்படாத பாலியல் கவர்ச்சியை (Infatuation)* பைத்தியக்காரத்தனமான கொள்ளை ஆசையை, தெய்வீகக்காதல் செய்யும் கதாநாயகன்/நாயகி என்று *செயற்கையாக நினைத்துக்கொள்கிறார்கள் (திரைப்படம் அப்படித்தான் அழகாகச் சித்தரிக்கின்றது!) கல்லூரிப் படிப்பை முடிக்கும் நிலையான 21 வயது வரை, செயற்கையாக ஊதி பூதாகாரமாகக் காட்டப்படும் 'காதலில்' காலத்தை, சக்தியை, வாழ்க்கையைத் தொலைக்கக்கூடிய வயதில்லை, என்பதை மனதில் ஆழப்பதிய வைத்துக்கொள்ளுங்கள்.*

உண்மையில் நீங்கள் ஆண்-பெண் பேதமின்றி நண்பர்களாக மட்டும் பழகுகின்றீர்கள் என்றால் தவறில்லை. ஆனால், இந்தியச் சூழ்நிலையில், பலர் உண்மையில் அப்படிப் பழகுவதில்லை. இளைய பருவத்தினரை காசுக்காக, சீரழிப்பதற்காகவே எடுக்கப்படும் சில திரைப்படங்களைக் கண்டுவிட்டு, 'மேலைநாடுகளில் நடப்பதைப் போன்று, நாங்கள் சாதாரண நண்பர்களாகத்தான் பழகுகின்றோம்' என்று வாதிடுகின்றனர்.

அவர்கள் முக்கியமான வேறுபாடுகளை மறந்துவிடுகின்றனர். *நாம் வெப்பமான பருவநிலை உடைய நாட்டில் வாழ்கின்றோம். நம்முடைய பண்பாடு முற்றிலும் மாறுபட்டது. இச்சீரழிவுக்கு மட்டும் மேலைநாட்டை உதாரணமாகக் காட்டும் அன்பர்கள், மேலைநாட்டவரின், காலந்தவறாமை, கடினஉழைப்பு, புதியன கண்டுபிடிக்கும் ஆர்வம், இவற்றையெல்லாம் கற்றுக் கொள்ளவேண்டும் என்று முயற்சிப்பதில்லையே, அது ஏன்?*

எனவே ஒரு ஆணும், பெண்ணும் நண்பர்களாகப் பழகுவதில் தவறில்லை, ஆனால் நம்நாட்டுப் பண்பாட்டிற்கு மதிப்பு கொடுக்கும் வகையில் சில வரம்புமுறைகளை வைத்துக்கொண்டு பழகலாம்.

இந்த நிலையில், ஒரு முக்கியமான கருத்தை எடுத்துக் கூற விரும்புகிறேன். நன்கு கற்று வளமான இந்தியக்குடும்பத்தைச் சார்ந்தவர்கள், மேலைநாடுகளில் தங்கள் பெண்களைப் பருவம் அடையும் வரை அங்கேயே வைத்துக்கொண்டு படிக்க வைக்கின்றனர். அதன் பிறகு இந்தியாவில் உள்ள யாராவது ஒரு உறவினர் வீட்டில் தங்க அனுப்பி விடுகிறார்கள். ஏன்?

இதற்குக் காரணம் பண்பாட்டு வேறுபாடுதான். (இதன் பின்விளைவுகளும் கூட அங்கு தொடர்ந்து பெண்கள் இருந்தால் அவர்கள் பண்பாட்டில் சிக்கி, மேலைநாட்டுப் பெண்களைப் போலவே நடந்து கொள்வார்கள். விவாதத்திற்காக வேண்டுமானால் மேலைநாட்டு வாழ்க்கைமுறை 'நவீனமானது' என்று பேசலாம். ஆனால் நம் பண்பாட்டையும், நியாயமான ஒழுக்கத்தையும் பார்க்கும்போது அதை ஏற்க முடியாது. நம் பண்பாட்டில் பல அருமையான நல்ல கருத்துகள் உள்ளன. நம்மை மக்களாக வாழ வழி செய்வது நம் பண்பாடே; மாக்களாக (விலங்குகளாக) வாழ்வதிலிருந்து காப்பதும் நம் பண்பாடே! பழைய கற்கால நாகரிகத்திற்கு நம் பண்பாடு, அழைத்துச் செல்லக்கூடாது. இப்போதைய நிலையை விட மேலான, உயர்ந்த நாகரிகத்தையாவது நாம் அடைய முயலவேண்டும்.

நன்கு படித்து, வெற்றிவாகை சூடுவதே உங்களுக்கு இந்த வயதில் இருக்கவேண்டிய நோக்கம். மேலான உயர்கல்வியையும், சிறந்த தொழிலையும் பெற நீங்கள் முயலவேண்டும். கற்பனையால் சீரழிவை ஏற்படுத்தும் காதல் விவகாரங்களில் ஈடுபட்டு உங்கள் பொற்காலத்தை வீணடித்தால், நீங்கள் காதலன்/காதலி என்று நினைத்துக்கொண்டிருப்பவர் கூட, நீங்கள் எதற்கும் தகுதியற்றவர் என்று வெறுக்கும் நிலை உண்டாகும்.

6.9. தொலைக்காட்சியின் நற்பயனுக்கு வழி

தொலைக்காட்சியை 'முட்டாள்கள் பெட்டி' என்று அழைப்பதுண்டு. ஆம், அதைத் தவறாகப் பயன்படுத்தினால், உங்களை அது முட்டாளாக்கி விடும். வீட்டுக் காய்கறி, கனிகளை வெட்ட உதவும் கத்தியை, மக்களின் கழுத்தை அறுக்கப் பயன்படுத்தக் கூடாதல்லவா ? அப்படியேதான் தொலைக்காட்சிப் பெட்டியும். எவ்வளவோ நல்ல நிகழ்ச்சிகளும் உண்டு.

செய்திகள், அறிவியல் நிகழ்ச்சிகள், 'டிஸ்கவரி சேனல், ஜியோக்ராபிக் சேனல், அனிமல் சேனல், விவாதங்கள், கருத்தரங்கங்கள், விளையாட்டு' போன்றவற்றைப் பார்க்க குறிப்பிட்ட காலத்தை வரையறுத்துக் கொள்ளுங்கள். இதற்காக, தேர்வு நேரத்திலும், கிரிக்கெட் போட்டி நடந்தால், தொலைக்காட்சியே கதி என்று உட்கார்ந்து விடாதீர்கள். எதற்கும் நாம் 'அடிமையாகக்கூடாது.'

6.10. கருத்துப்பரிமாற்றத் திறனை (Communicative skill) வளர்க்க

நீங்கள் ஒரு சமூக முறைமையில் (System) இருக்கின்றீர்கள். உங்கள் தேவைகளை, உங்களைச் சுற்றியுள்ளவர்களுடன் சரியாகக் கருத்துப்பரிமாற்றம் செய்து கொண்டால் மட்டுமே, விரும்பியபடி நிறைவேற்றிக் கொள்ள முடியும்.

கருத்துப்பரிமாற்றத் திறன் ஒரு மேலாண்மைத் (Management) திறன். இது மனிதரின் வெற்றிக்கு அவசியம் தேவை. உங்கள் நோக்கங்களை நிறைவேற்றும் வண்ணம், செயல்படுவதற்கு சுற்றியுள்ளவர்களுக்கு விவரம் தெரிவிக்கக் கருத்துப் பரிமாற்றத்திறன் வேண்டும்.

எந்த சமூகத்திலும், உங்கள் பெற்றோருடன், ஆசிரியர்களுடன் நண்பர்கள், சமூகத்தில் உள்ளவர்கள் என்று பலரிடமும் கருத்துப் பரிமாற்றம் செய்து கொள்ள நீங்கள் பழகிக் கொள்ள வேண்டும். இத்திறன், உங்கள் தலைமை ஏற்கும் திறனை வளர்க்க உதவும். எச்செயலையும் திறம்படச் செய்ய இப்பண்புகள் தேவை.

கருத்துப் பரிமாற்றம், வாய்மொழியாகவோ, எழுத்து வடிவிலோ நிகழலாம். மொழிப் பாடங்களில் எழுதும் திறனை வளர்க்க அளிக்கும் பயிற்சியைத் திறம்பட கற்றுக் கொள்ளுங்கள். நீங்கள் பின்னாளில் ஒரு பணியை மேற்கொள்ளும் போதும் கருத்துப் பரிமாற்றத்திற்கு இம்மொழித்திறன் உதவும்.

எப்போதும் வீணான விவாதங்களில் ஈடுபடாதீர்கள். ஒரு நாணயத்திற்கு இரண்டுபக்கங்கள் உண்டு என்பதை மறக்காதீர்கள். உங்கள் வாழ்நாளை வளர்க்கும், புன்முறுவலை மறக்காதீர்கள். உங்கள் வாய்மொழித் திறன்களை வளர்த்துக் கொள்ள, பேச்சுப் போட்டி, விவாதம், பட்டிமன்றம், கருத்தரங்கம் ஆகியவற்றில் பங்கு கொள்ளுங்கள். முதலில் நீங்கள் நன்கு பேச முடியாவிட்டாலும் கவலையை விடுங்கள். மேன் மேலும் பயிற்சி செய்யுங்கள். வாழ்க்கையில் வெற்றி பெற இந்தத் திறன் உங்களுக்குத் தேவை.

6.11. முடிவுரை

மீன் வளர நீர் எப்படி அவசியமோ அப்படி நமக்குச் சமூக அமைப்பு உதவும். நாம் சமூகத்தில் தான் வாழ்ந்தாக வேண்டும். உங்களைச் சுற்றியுள்ள பல்வேறுபட்ட மக்களுடன் எப்படிச் சரிசெய்துகொண்டு வாழ்வது என்று கற்றுக்கொள்ள வேண்டும். நீங்கள் வாய்வழியும், எழுத்து வழியும் கருத்துப் பரிமாற்றம் செய்துகொள்ளத் தெரிந்துகொண்டால் தான் உங்கள் நோக்கம் நிறைவேறி, வெற்றிபெற முடியும்.

ஆறாம் அறிவு எனும் பகுத்தறிவு படைத்த மனிதருக்கு நன்னடத்தை அவசியம் என்பதால் அதை வளர்த்துக்கொள்க. ஒழுக்கமுடன் இருந்து நல்ல பழக்கங்களைக் கற்றுக்கொள்ளுங்கள். உங்கள் பொன்னான நேரத்தையும், சக்தியையும் வாழ்க்கையையும் கொன்று விடும் தீய பழக்கங்களைக் கண்டு

தூர ஒதுங்குங்கள். உங்கள் குமரி/குமரப்பருவத்திற்குரிய, பாலியல் கல்விக் கருத்துகளைப் புரிந்துகொண்டு முறையான கட்டுப்பாடுடன் வாழ்ந்து உங்கள் திறமைகளை, ஆற்றல்களை பெருக்கிக் கொள்ளுங்கள். திரைப்பட, தொலைக்காட்சியின் உண்மைக்குப் புறம்பான நிகழ்ச்சிகளில் கனவு கண்டு மிதக்காதீர்கள். தொலைக்காட்சியின் பயனுள்ள கல்வி நிகழ்ச்சிகளைக் கண்டு பயன் பெறுங்கள். வெற்றி நிச்சயம்.

7

காலமேலாண்மையைக் கச்சிதமாய்த் திட்டமிடுங்கள்

உங்களுக்குக் காலத்தின் மதிப்பு தெரியுமா?
அப்படியானால் உங்களுக்கு வாழ்க்கையின் மதிப்பும் தெரியும்

– நெல்சன்

7.1. நொடிகளைக் கவனியுங்கள்

எந்த நோக்கத்திலும் வெற்றி பெற்று சாதிக்க, திட்டமிடுதல் முதன்மையானது, அவசியமானது. நீங்கள் திட்டமிடத் தவறினால், தோல்வியடையத் திட்டமிடுகிறீர்கள் என்று பொருள்.

நீங்கள் முக்கிய இரண்டு தேர்வுகளை (பத்து, பன்னிரண்டாம் வகுப்பு இறுதித் தேர்வுகள்) உறுதியுடனும், திறமையுடனும் சந்திக்க, இப்பொழுதிலிருந்தாவது (ஒன்பதாம் வகுப்பு) திட்டமிட்டுப் பயிற்சி பெறவேண்டும்.

செஸ்டர்ஃபீல்டு என்பார் தன் மகனுக்குக் கூறினார்: *‘ஒவ்வொரு நிமிடத்தையும் கவனித்துக்கொள், ஏனெனில், மணிகள் தானாகவே தன்னைக் கவனித்துக்கொள்ளும்’*.

ஒவ்வொரு நிமிடத்தையும் நன்கு பயன்படுத்திக்கொள்ளும் வகையில் நீங்கள் விவரமாகத் திட்டமிடவேண்டும் என்பதை இது தெரிவிக்கின்றது.

7.2. எதையும் தள்ளிப்போடாதீர்கள்

எதைச் செய்யவேண்டும் என்று நினைக்கின்றீர்களோ அதைத் தள்ளி போடாதீர்கள். “வாழ்க்கையின் திருடன் தள்ளிப்போடும் தன்மையே.” இது எட்வர்டு யங் என்பவரின் அனுபவக் கூற்று. அதாவது, உங்கள் விலைமதிப்பற்ற நேரம், தள்ளிப்போட்டு தாமதம் செய்வதால் ‘திருடப்படுகின்றது’, பயனற்றுப் போகிறது.

பல ஒலிம்பிக் விளையாட்டுகளில் சாதனை, *மில்லி நொடிகளில்* பறி போயுள்ளது.

ஒரு *நிமிட தாமதத்தால்* நீங்கள் பஸ் அல்லது ரயிலை தவற விடலாம். இதனால் உங்களுக்குக் கிடைக்கவேண்டிய பெரிய ஒப்பந்தமோ, *வருமானமோ கிடைக்காமல் போகலாம்.*

மாணாக்கர் தேர்வுக்குக் *காலதாமதமாகச்* சென்றால் பஸ்ஸை தவற விடலாம். அதனால் தேர்வுக்குக் காலம் கடந்து செல்ல நேரிட்டு, ஒரு சில மதிப்பெண்கள் குறையலாம். அந்த ஒரு சில மதிப்பெண்களால், நீங்கள் மருத்துவம், பொறியியல் அல்லது வேறுதொழில் வகுப்புக்குச் சேர்க்கை கிடைக்காமல் போகலாம்; அதனால் உங்கள் *வாழ்க்கைத் தடமே மாறிப் போகலாம்.*

ஆர்தர் வெல்லஸ்லி என்பவர் வலியுறுத்திக்கூறிய கருத்து சிந்திக்க வேண்டிய ஒன்று:

‘அன்றன்றைக்குச் செய்யவேண்டிய வேலையை அன்றே செய்து விடவேண்டும். இதுதான் என் சட்டம்.’

நண்பரே, காலமும், அலையும் யாருக்காகவும் காத்திரா. தமிழ் மறை திருக்குறள் சொல்லும் கருத்து என்றும் மறக்கக்கூடாத ஒன்று.

நாளென ஒன்றுபோல் காட்டி உயிர்ஈறும்
வாளது உணர்வார்ப் பெறின் – ***குறள் 334***

நாம் கடத்தும் ஒவ்வொரு நாளும் நம் வாழ்நாளில் ஒரு நாளைக் குறைத்து விடுகின்றது என்பதை, கழுத்தின் மீது வாள் இருந்து ஒவ்வொரு நாளும் சிறிது சிறிதாக அறுப்பது போன்று உள்ளதென்று அடித்துக் கூறுகின்றது. எனவே, குறுகிய நாள்களே வாழப்போகும் நாம், நம்முடைய குறிக்கோள்களைச் சாதிக்க, ஒவ்வொரு நாளையும், ஒவ்வொரு மணியையும், ஒவ்வொரு நொடியையும் நன்கு பயன்படுத்திக்கொள்ள வேண்டும்.

ஆஸ்டின் டாப்சனின் கருத்து மிக அழகானது. *‘காலம் கழிகிறது என்று சொல்கிறீர்கள். ஆ! இல்லை ஐயகோ, காலம் நிற்கிறது, நாம் போய்விடுகிறோம்.’* அற்புதம்! அருமை!

நாம் ஏன் பிறந்தோம்? ஏதாவது ஒரு துறையில் நாம் சாதித்து, ஒரு வரலாற்றை ஏற்படுத்த வேண்டும். **எச். டபிள்யூ. லாங்ஃபெல்லோ**வின் கருத்து இதுதான்.

‘நாம் உலகை விட்டுப் போகுமுன் காலம் எனும் மணலில், நம் காலடியைப் பதிக்கவேண்டும்’.

இதனையே திருவள்ளுவர் திறம்படக் கூறுகின்றார்.

> தோன்றின் புகழொடு தோன்றுக அஃதிலார்
> தோன்றலின் தோன்றாமை நன்று.   - குறள் 236

இவ்வுலகில் பிறந்தால், புகழைச் சேர்க்க வேண்டும். அப்படி இல்லை என்றால் பிறக்காமல் இருப்பதே மேல் என்று கருத்துரைக்கின்றார்.

எனவே, நம் பிறப்பின் நோக்கம் நிறைவேற, வெற்றி பெற்று சாதிக்க, காலத்தை நன்கு மேலாண்மை (Managment) செய்ய வேண்டும் என்பது தெளிவு. படிப்பதற்கான கால அட்டவணைகளைப் பார்ப்போம்.

7.3. அன்றாட கால வரவு செலவு திட்டம் (Budget)

ஒரு நாளைக்கு நாம் எவ்வளவு நேரம் படிப்பிற்கு ஒதுக்க முடியும் என்று பார்ப்போம்.

பள்ளி வேலை செய்யும் நாள்களில் ஒரு தோராயத் திட்டம்	
பள்ளி நேரம் (அதிகபட்சம்)	: 7 மணி (சாப்பாட்டு நேரமுடன்)
ஆயத்தம், போக வரப் பயணம்	: 1½ மணி
காலைக் கடன்கள் (குளித்தல் முதலியன)	: 1 மணி
காலை, மாலை, இரவு உணவு	: 1 மணி
உடற்பயிற்சி, விளையாட்டு, பொழுதுபோக்கு	: 1 மணி
தூக்கம் (7 (அ) 8 மணி) மேல் வகுப்பு	: 7½ மணி
மொத்தம்	: 19 மணி

எனவே, படிப்பிற்காக (24-19) 5 மணி நேரம் ஒதுக்கலாம்.

ஒவ்வொரு பாடத்திற்கும் 1 மணி ஒதுக்கலாம். இதனை வகுப்புக் கால அட்டவணைக்கேற்ப அமைத்துக் கொள்ளலாம். சில பாடங்களுக்கு அதிக பிரிவேளை வந்து, வீட்டு வேலையும் அதிகம் என்றால், அதற்கு அதிக நேரம் ஒதுக்கலாம்.

அன்று நடந்த பாடத்தை அன்றே திரும்பப் படிப்பதை மறக்க வேண்டாம். வீட்டுவேலை சாக்கிட்டு, அன்றைக்கே திரும்பப் படிப்பதை விட்டுவிட வேண்டாம்.

விடுமுறை நாள்களில்

பள்ளி நேரம்: 7 மணி, போக வர ஆகும் நேரம்: 1½ மணி, மொத்தம்: 8½ மணி.

இதில் 2½ மணி நேரம், ஒய்வுக்காகவும், பெற்றோர், உறவினர், நண்பர்களுடன் பேசவும் ஒதுக்கினாலும், இதுபோக முழுமையாக 6 மணி ஒரு நாளைக்குக் கிடைக்கும். இதை, வீட்டில் திரும்பப் படித்தல், வீட்டுவேலை (Home work) மற்றும் வாராந்திரச் சோதனைக்குப் படிக்கப் பயன்படுத்தலாம்.

சலிப்பைப் போக்க பாடங்களை மாறி, மாறிப் படிக்கவும். கடின பாடத்திற்குப் பின் சுலப பாடம் படிக்கவும்.

படிப்பது, எழுதுவது, படம் வரைவது, மனப்பாடம் செய்வது, முக்கியப் பகுதிகளைக் குறிப்பது போன்றவற்றை மாறி மாறிச் செய்க.

ஒரு மணி நேர முனைப்புடன் படித்தபின் 5 நிமிடம் வீட்டிலேயே சிறு நடை பயில்க.

ஆழ்ந்து மூச்சு விடுதல், கண்களை மூடுதல் (Palming), ஒய்வு கொள்ளுதலும் அந்த 5 நிமிடங்களில் செய்யலாம். அவ்வப்போதும் செய்யலாம்.

ஒய்வு என்றால் மாற்றுச் செயல்களைச் செய்வதும் ஒய்வு தான். எழுதும்போது கைக்கு வேலை. படிக்கும்போது கைக்கு ஒய்வு. இரவு தூக்கத்தில் மட்டுமே முழு ஒய்வு.

நிறைய நீர் பருகி, போக வேண்டுமென்று தோன்றும்போதெல்லாம் சிறுநீர் கழிக்கலாம்!

இயற்கைத் தேவைகளை அடக்கக் கூடாது. சிறுநீர் போகாமல் அதிக நேரம் இருந்தால் சிறுநீர்க் கல் உண்டாக வாய்ப்பு உண்டு.

தூக்கம் வரும்போலிருந்தால், முகம் கழுவுக.

கோடையில், நீரில் தோய்த்தெடுத்த கைக்குட்டையைக்கொண்டு முகத்தைத் துடைத்துக்கொள்க.

படிக்க, எழுத வசதியாக அமர்க.

7.4. தோராயமான, அன்றாட கால அட்டவணை

பின்வரும் கால அட்டவணை ஒரு மாதிரியே. உங்கள் பழக்கத்திற்கேற்ப மாற்றி அமைத்துக்கொள்ளலாம்; பள்ளிவேலை நேரத்திற்கு ஏற்பவும் மாற்றலாம்.

வ. என்	செயல்	இரயில் காலநேரம்	
		IX, X வகுப்பு	XI, XII வகுப்பு
1.	காலை எழுதல், காலைக்கடன் பிராணாயாமம், தியானம், உடற்பயிற்சி	6.00 - 7.00	5.00 - 6.00
2.	(அ) மனப்பாடம் செய்தல் சூத்திரம், பாடம் முதலியன (முக்கியம்)	7.00 - 7.30	6.00 - 6.30
	(ஆ) கடினபாடம் படித்தல்	7.30 - 8.15	6.30 - 8.15
3.	காலை உணவு, பள்ளிக்கு ஆயத்தம்	8.15 - 9.00	8.15 - 9.00
4.	பள்ளியில் வேலை	9.00 - 15.30	9.00 - 15.30
5.	வீட்டுக்கு வருதல்	15.30 - 16.00	15.30 - 16.00
6.	டீ, விளையாட்டு, பொழுதுபோக்கு, டி.வி.	16.00 - 17.00	16.00 - 17.00
7.	படிப்பு, எழுதுதல், வரைதல் (ஒரு மணிக்கொருமுறை மாற்றுவது நல்லது)	17.00 - 20.00	17.00 - 20.00
8.	இரவு உணவு, நடைப்பயிற்சி	20.00 - 21.00	20.00 - 21.00
9.	எழுதுதல் (கடைசியாகப் படுக்குமுன் படித்தால் தூக்கம் வரும்)	21.00 - 22.00	21.00 - 22.00
10.	தற்கருத்தோற்றம், தூக்கம், முழுஓய்வு	22.00 மறுநாள் 06.00	22.00 மறுநாள் 06.00

இப்படி அட்டவணை உங்களுக்கேற்றபடி தயாரித்துப் படிக்கும் அறையில் வைக்கவும். கூடுமானவரை, சரியாகப் பின்பற்றுக. தவிர்க்க முடியாதபோது மட்டும் சிறு மாற்றம் செய்து கொள்ளலாம்.

ஏ. போப் என்பாரின் நல்லுரை சிந்திக்க வேண்டிய ஒன்று: 'பிழைசெய்து மன்னிப்புக் கேட்பது, ஒரு பொய்யைவிட மோசம், பயங்கரமானது; ஏனென்றால் தவறுக்கு மன்னிப்பு கேட்பது, பாதுகாக்கப்பட்ட பொய்.'

காலை நேரங்களில் கடினமான பாடங்கள், மனப்பாடம் செய்யவேண்டியவை ஆகியவை படித்தல் நன்று. காலையில் இரவு ஓய்வுக்குப்பின் உடல், மனம், புத்துணர்ச்சியுடன் இருக்கும். பிராணாயாமம். தியானம், உடற்பயிற்சி, குளித்தல் சுறுசுறுப்பைக் கொடுக்கும். மாலையும், இரவும் சற்று எளிதான பாடம்/வேலை நல்லது. ஏனெனில் நாள் முழுவதும் வேலை செய்து களைத்திருப்பீர்கள்.

2 (அ) 3 மணி நேரம் தொடர்ந்து செய்யவேண்டிய வேலைக்கு மாலை/ இரவு நல்லது. ஏனெனில் முழுமையாக 3 மணி நேரம் கிடைக்கின்றது.

காலை உணவு, மதிய உணவு, இரவு உணவுக்குப் பிறகு 15 நிமிடம் செரிப்பதற்கு உதவ ஓய்வு எடுக்கவும். எளிதான செயல்களாக செய்தித்தாள் பார்ப்பது, T.V. பார்ப்பது போன்றவற்றைச் செய்யலாம்.

எப்பொழுதும், தேர்வு நேரத்திலும் கூட அவசர அவசரமாகச் சாப்பிடவேண்டாம். **காலையில் அரை மணி, மனப்பாடம் செய்ய சூத்திரங்கள் (எல்லாப் பாடங்களிலும்) படிக்கக் கட்டாயம் நேரம் ஒதுக்கிப் படிக்கவேண்டும்.**

பெரிய அட்டை (அ) படத்தாளிலோ சூத்திரங்களைப் பெரிய எழுத்துகளில் எழுதி பார்வையில் படும்படி ஒட்டி/மாட்டிவைத்துத் தினமும் படிக்கவும், நினைவைப்பெருக்க உதவும்.

7.5. வாராந்திர/மாதாந்திர காலஅட்டவணை

பின்வருமாறு ஒரு வாராந்திர அட்டவணையை அன்றாட பட்ஜட்/அட்டவணையிலிருந்து தயாரிக்கலாம்.

வாராந்திர, காலஅட்டவணை

பெயர்________________ வகுப்பு__________

வ. எண்.	பாட வரிசை	இரயில்கால நேரத்தில் குறிக்கவும்					
		1	2	3	4	5	6
	கிழமை	7-8	17-18	18-19	19-20	21-22	
1.	திங்கள்	ஆங்கிலம்	2-ஆம்தாள்	கணக்கு	இயற்பியல்	வேதியல்	
2.	செவ்வாய்						
3.	புதன்	இப்படியே உங்கள் பள்ளிக் கால அட்டவணைக்கேற்ப படிக்க					
4.	வியாழன்	வேண்டிய பாடங்களைக் குறித்துக்கொண்டு படியுங்கள்					
5.	வெள்ளி						
6.	சனி						
7.	சனி (விடுமுறை)	(கூடுதலாகக் கிடைக்கும் 6 மணி)					
8.	ஞாயிறு						
9.	ஞாயிறு (விடுமுறை)	(கூடுதலாகக் கிடைக்கும் 6 மணி)					
10.	வேறு விடுமுறைகள் (______)						

தின அட்டவணைப்படி நாளும் 5 (அ) 6 மணி நேரம் கிடைக்கும். குறிப்பிட்ட நேரத்தில் படிக்க விரும்பும் பாடத்தை மேலே காட்டியபடி குறித்துக் கொள்ளவும்.

IX, X வகுப்புகளில் இயற்பியல், வேதியல் ஆகியவற்றிற்குப் பதில் அறிவியல், உயிரியல் என்று வரும். அட்டவணை வரிசையில் உள்ள 1, 2, 3 என்பது பாடவரிசையைக் குறிக்கும். முதலாவது, இரண்டாவது, என்று வரிசைப்படி, எந்தெந்தப்பாடத்தை, எந்தெந்த நேரத்தில் படிக்கலாம் என்று குறிக்கவேண்டும்.

சனி, ஞாயிறு இரண்டு நாள்களிலும் இரண்டு வரிசைகள் இடம் பெற்றுள்ளன.

முதல்வரிசை (6), என்றும்போல் கிடைக்கும் நேரத்திற்கான திட்டம். இரண்டாவது வரிசை (7), விடுமுறையில் கூடுதலாகக் கிடைக்கும் 6 மணி நேரத்திற்கான திட்டம். இப்படியே ஞாயிற்றுக்கிழமைக்கும் குறிக்கலாம்.

வாரக் காலஅட்டவணை, வாராவாரம் புதுப்பித்தால், மாத அட்டவணை, ஆண்டு முழுவதுக்கும் அட்டவணை ஆகும்.

இதில் வாரத்தில் ஒருநாள் இடையில் விடுமறை வந்தது என்று கொண்டால் (**உதாரணம்:** அக்டோபர் 2, காந்தி ஜெயந்தி) அன்று என்ன படிக்கலாம் என்பதை 10 ஆம் வரிசை எண்ணில் ‘வேறு விடுமுறை’ என்பதற்கு நேராகக் குறிக்கலாம்.

பார்ப்பதற்கு இது சிக்கலாகத் தோன்றும். எழுதிப் பழகினால் சுலபமாகி விடும். மேலும், தொடர்ந்து படித்தால் கஷ்டமாக இருக்கும் என்று நினைக்க வேண்டாம். இடையில் மணிக்கொரு முறை 5 நிமிடம் ஓய்வு கொடுப்பீர்கள்.

7.6. ஆண்டுச் செயல்திட்டம்

ஒரு முன்மாதிரிக்கான ஆண்டுச் செயல்திட்டம் கீழே விவரிக்கப் பட்டுள்ளது.

ஆண்டுச் செயல் திட்டம்

பெயர்.. வகுப்பு.....................

மாதங்கள்	படிக்கும் வகுப்பு			
	IX	X	XI	XII
ஜூன் ஜூலை ஆகஸ்ட்	திருப்புதல் எட்டாம் வகுப்பு கடின பாடங்கள்	திருப்புதல் IX	திருப்புதல் IX,X	திருப்புதல் XI சூத்திரங்கள்

மாதங்கள்	படிக்கும் வகுப்பு			
	IX	X	XI	XII
செப்டம்பர்	காலாண்டு	காலாண்டு	காலாண்டு	காலாண்டு
அக்டோபர்	ஆங்கிலம்	9th போல் மாதாமாதம் எந்தப்பாடம் முக்கியத்துவம்		
நவம்பர்	கணக்கு	கொடுத்துப் படிக்கலாம் என்று குறிக்க		
டிசம்பர்	அரையாண்டு	அரையாண்டு	அரையாண்டு	அரையாண்டு
ஜனவரி	அறிவியல்			
பிப்ரவரி	உயிரியல்	பள்ளியில்		பள்ளிச்
		திருப்புதல்		சோதனை
மார்ச்	ஆண்டுத் தேர்வு	சோதனை	ஆண்டுத் தேர்வு	பொதுத் தேர்வு
ஏப்ரல்		பொதுத் தேர்வு		
மே	10th பாடம்	மேல்	12th பாடம்	மேல் படிப்பு
	படித்தல்	தொழில்	பள்ளியில்	நுழைவுத்
	பள்ளியில்	விபரம்	கற்பித்தல்	தேர்வு ஆயத்தம்
	கற்பித்தல்			

நீங்கள் குறிப்பிட்ட மாதத்தில், குறிப்பிட்ட ஏதாவது ஒரு பாடத்திற்கு முக்கியத்துவம் கொடுத்துப் படிக்க விரும்பினால், அதை அந்த மாதத்திற்கு நேராகக் குறிக்கலாம். **உதாரணம்:** அக்டோபர், IX வகுப்பில் ஆங்கிலம். இது மாதிரிக்குத்தான். நீங்கள் உங்கள் விருப்பம்போல், எப்படி முக்கியத்துவம் கொடுப்பீர்களோ அதைக் குறிக்கலாம். இது வாராந்திர திருப்புதலுக்கு மட்டுமின்றி, கூடுதலாக நேரம் ஒதுக்குவதற்காகவும் ஆகும்.

வேறு ஏதாவது முக்கிய வீட்டு விழா, வேலை இருந்தாலும், உங்களுக்கு அந்த மாதம் அதிக நேரம் படிக்கக் கிடைக்காது என்று *எச்சரிக்க வேண்டி, குறித்துக் கொள்ளலாம்.* **உதாரணம்:** ஜனவரியில் சகோதரன் / சகோதரியின் திருமணம் என்றால் ஜனவரிக்கு நேராக, இதைக் குறிப்பிடலாம். தேவைப்பட்டால் தேதியையும் குறிக்கலாம். '7 மற்றும் 8 ஆம் தேதி' என்று. இந்தத் தேதியை வரும் குறிப்பிட்ட வாராந்திர அட்டவணையிலும், இதைக் குறித்துக் கொள்ளலாம். அதாவது, ஜனவரி 7, 8ஆம் தேதிகளில் குறிப்பிட்ட கிழமைகளில் உங்களுக்குப் படிக்க நேரம் கிடைக்காது. இதனால் நீங்கள் முன் எச்சரிக்கையுடன் திட்டமிட்டுப் படிக்கலாம்.

7.7. மேற்படிப்பு / தொழில் பற்றி விவரம் சேகரித்தல்

இந்நூலின் ஒன்பதாம் பகுதி, நீங்கள் மேற்கொள்ளக்கூடிய மேற்படிப்பு, தொழில்கள் பற்றிய விவரங்களைச் சுருக்கமாகத் தருகின்றது. ஒரு விடுமுறை நாளில் ஓய்வாக உள்ளபோது ஓரிரு மணி நேரம் நண்பர்களுடன் மேற்படிப்புகள் பற்றியும், அவற்றின் வாய்ப்புகள் பற்றியும், தொழில்கள் பற்றியும், அவற்றிற்கான தேவைகள் படிப்பு முதலியவை பற்றியும் பேசுங்கள்.

தேவைப்பட்டால், பல்கலைக் கழகத்தில் தொழில் வழிகாட்டி மையம், செயல்பட்டால் சென்று பாருங்கள். சென்னைப் பல்கலைக் கழகத்தில் கண்காட்சி போன்று சில விவரங்கள் வைத்திருப்பார்கள். இதுபற்றி, பின்னால் ஒரு நாளில்/வாரத்தில்/மாதத்தில் விவரம் சேகரிக்க வேண்டுமென்றால், தின/வார/ஆண்டு அட்டவணைகளில் குறித்துக் கொண்டு பின்பற்றவும்.

இப்படிச் செய்வதால், நீங்கள் மேற்கொள்ளப்போகும் படிப்பு / தொழில் பற்றி சிறிது சிறிதாக விவரம் தெரிந்து, இப்போதிருந்தே, எது எது எடுக்கலாம் என்று மனதில் ஒரு கருத்து உருவாகும்.

திடீரென்று ஏதோ ஒரு படிப்பை / தொழிலை மேற்கொள்ள வேண்டி இராது. இதுமட்டும் இன்றி, நீங்கள் விரும்புவதற்கேற்ப அது சம்பந்தமான பாடங்களில் ஊக்கம் ஏற்பட்டு நன்கு படிப்பீர்கள், நிறைய மதிப்பெண்களும் எடுக்க முயலுவீர்கள்.

உதாரணத்திற்கு, கணினி பொறியியல் (Computer Engineering) உங்கள் தேர்வு என்றால், முதலில் அது பற்றி விவரம் சேகரியுங்கள். கணக்கு, இயற்பியல், கணினிஇயல், வேதியல் பாடங்களில் நன்கு கவனம் செலுத்துங்கள். செய்தித்தாள், நாள்/வார/மாத இதழ்களில் கணினி அறிவியல் பற்றிய விவரங்களைப் படியுங்கள் / சேகரியுங்கள்.

7.8. செயலில் இறங்குதல்

திட்டமிட்டபடி களத்தில் இறங்குங்கள். உங்கள் அட்டவணைகளில், நீங்கள் எவ்வளவு தூரம் பின்பற்றினீர்கள் என்பதைத் தெரிந்துகொள்ள வேறு வண்ண மையில் 'டிக்' அல்லது கோடிட்டு அடையாளம் செய்து கொள்ளுங்கள். இப்படிச் செய்தால், திட்டமிட்டபடி நீங்கள் பின்பற்றுகின்றீர்களா என்று தெரிந்துகொள்ள உதவும். நீங்கள் பொறுப்புடன் திட்டமிட்டபடி படிக்கின்றீர்களா அல்லது பின்தங்கி, தாமதமாக்கிக் கொண்டிருக்கிறீர்களா என்பது தெரியும், இதனால் நீங்கள் கடினமாக உழைக்க ஊக்கம் உண்டாகும். தேவைப்பட்டால் அட்டவணைகளில் மாற்றம்

செய்யலாம். ஓய்வு அல்லது தூங்கும் நேரத்தையும் மாற்றிக்கொள்ளலாம். சுருங்கக் கூறின்,

- முதலில் அட்டவணைகளைத் தயாரிக்கவும்.
- அவ்வப்போது அதன்படி படிக்கின்றீர்களா என்று கண்டறிந்து, தேவைப்படின் மாற்றியமைக்கவும்.
- நிகழ்காலத்திலேயே இருந்து, கடினமாக உழைக்கவும்.
- கடந்த காலத்தைப் பற்றி கவலை வேண்டாம். ஆனால், எதிர்காலத்துக்குத் திட்டமிடுங்கள்.

பேரறிஞர் பேகன் கூறியதைக்கொண்டு இப்பகுதியை முடிப்போம்:

மக்கள் நிகழ்காலத்தில் இருப்பவைகளுக்காக உழைக்கவேண்டும்; எதிர் காலத்தை தெய்வ முடிவிற்கு விட்டுவிடவேண்டும்.

8

தேர்வில் திறம்படத் தேர்ச்சி பெறுங்கள்

தேர்வு என்பது ஒரு தேவையான தீமை

—வழக்குமொழி

8.1. ஆழ்ந்த அடிப்படை அவசியம்

கற்றலின் திறனை, தேர்வுகள் இன்றி மதிப்பிட முடியாது. எனவே, எண்ணிலாத குறைகள் இருந்தாலும் அவ்வப்போது சில மறுமலர்ச்சி மாறுதல்களுடன் தேர்வு முறைமை தொடர்கின்றது.

பத்து, பன்னிரண்டாம் வகுப்புகளின் இறுதியில் நடைபெறும் பொது / கழக / அரசுத் தேர்வுகளில் நீங்கள் எடுக்கும் *மதிப்பெண்களைப் பொறுத்துத்தான் உங்கள் எதிர்காலம் அமையும்.* +2 வகுப்பில் எந்தப் பாடப் பிரிவில் சேரப்போகின்றீர்கள் என்று தீர்மானிப்பது, பத்தாம் வகுப்புத் தேர்வின் மதிப்பெண்களைப் பொறுத்துள்ளது. எனவே, நீங்கள் குறைந்தது ஒன்பதாம் வகுப்பு முதலே நன்கு திட்டமிட்டுப் பயிலவேண்டும்.

உங்களுக்கு கணக்கு, இயற்பியல், வேதியல் (சமன்பாடுகள்), நில நூல் அல்லது வேறு பாடங்களில் புரியாத பாடங்கள், பகுதிகள் இருக்குமானால், எட்டாம் வகுப்பு அல்லது அதற்குக் கீழ் வகுப்பு நூல்களை, விடுமுறை கிடைக்கும்போது படித்து, நன்கு புரிந்துகொள்ளுங்கள்.

அடிப்படைக் கருத்துகளை நன்கு புரிந்திருந்தால் தான், அறிவியலும், கணிதமும் (அறிவியல்களின் இளவரசி) மேன் மேலும் கற்க முடியும். இவற்றில் படிப்படியாக, அல்லது நிலைவாரியாகப் புரிந்துகொண்டு முன்னேற வேண்டும். ஒன்பதாம் வகுப்பு பாடங்கள் தெளிவில்லாமல் அதன் தொடர்ச்சிகளை, மேல்வகுப்புகளில் புரிந்து கொள்ள முடியாது.

8.2. மற்றவர்களுடன் ஒப்பிடக்கூடாது

நன்றாகப் படிக்கும் மாணாக்கருடன் உங்களை ஆசிரியர்களோ, பெற்றோர்களோ, ஒப்பிட்டுப் பேசினால், நீங்கள் வெறுப்படையாதீர்கள், மனம் தளராதீர்கள், எரிச்சலடையாதீர்கள். இப்படி அவர்கள் ஒப்பிடுவது சரியில்லை எனினும், தங்கள் பிள்ளைகள் நன்கு படிக்கவேண்டும் என்ற கவலையில்

அப்படிச் செய்கின்றனர். தங்கள் பிள்ளைகள் போட்டி மனப்பான்மையுடன் நன்கு படிப்பார்கள் என்று எண்ணுகின்றனர். ஆனால் இது பொறாமையையும், தாழ்வு மனப்பான்மையையும் ஏற்படுத்துகின்றது.

8.3. உங்கள் குறி அளவுகளைக் குறித்து முன்னேறுக

அதே நேரத்தில் நீங்கள், போதுமென்ற மனமே பொன்செய் மருந்தென்று, அமைதியாய் இருக்கும் நிலையிலேயே இருந்துவிடக் கூடாது உங்கள் மதிப்பெண் ஒரு சோதனையில் 50% என்று வைத்துக்கொண்டால், 'நான் அடுத்த சோதனையில் 80% எடுப்பேன்' என்று ஒரு குறியளவை நிர்ணயித்து, முடிவெடுத்து முன்னேறுங்கள். 50% எடுப்பவரை உடனடியாக 90% (அ) 95% எடுக்கவேண்டும் / எடுப்பார் என்று எதிர்பார்க்க முடியாது. நீங்கள் படிப்படியாக, முன்னேறலாம். இவ்வாறே பிற பாடங்களிலும் குறி அளவு குறித்து முன்னேறுக. இப்படிச் செய்யும்போது கவனிக்க வேண்டியவை:

1. முன்பு 50% வாங்கிய விடைத்தாளை முழுமையாக, சோதித்துப் பாருங்கள்.

2. என்ன தவறுகள் செய்தீர்கள்? எதற்காக மதிப்பெண்கள் குறைக்கப்பட்டன என்று அலசிப் பாருங்கள்.

3. அத்தகைய தவறுகளைப் போக்க பயிற்சி எடுத்துக் கொள்ளுங்கள். நீங்கள் சரிவரப் புரிந்து கொள்ளாத பாடத்தை மீண்டும் படித்துப் புரிந்து கொள்க!

4. முடிந்தால் அப்பகுதிகளை உங்கள் நண்பர்களுக்குக் கற்பியுங்கள் அல்லது அவர்களுடன் விவாதம் செய்து பாருங்கள் (எப்படி எழுத வேண்டும் என்று). இப்படிச் செய்தால் அந்தப் பகுதி நன்றாகப் புரியும், தேர்வில் நிறைய மதிப்பெண்கள் பெறலாம்.

8.4. எதற்கும் வருத்தப்பட வேண்டாம்

உங்கள் மதிப்பெண் 40% அல்லது அதற்கும் கீழ் இருந்தாலும் கவலைப்படாதீர்கள்! உங்களுக்கு தன்னம்பிக்கை இருந்து, மேலே விவரித்த வழி முறைகளில் உண்மையாக முயற்சி செய்தால், மேலான மதிப்பெண்கள் பெறலாம். இறைவன் (அல்லது இயற்கை) ஒவ்வொரு தனி மனிதனையும் ஒரு தனித் தன்மையுடன் படைத்துள்ளார். அதாவது ஒருவரை மற்றவருடன் ஒப்பிட முடியாது. உங்களுக்கு தனித்தன்மையான சில சிறப்புத் திறமைகள் இருக்கலாம். ஓவியம், வண்ணம் தீட்டுதல், இசை, இன்ன பிற முயற்சித்தல் இவற்றில் நீங்கள் மிக உயர்ந்த நிலையில் இருக்கலாம். அல்லது உயர்ந்த

நிலையினரில் ஒருவராய் இருக்கலாம். என்றாலும் பொதுக்கல்வி குறைந்தது +2ஆவது இருப்பது, எந்தத் தொழிலிலும், ஒரு மதிப்பைப் பெறத் தேவை. எனவே, உங்கள் முன்னேற்றத்திற்கு நன்கு திட்டமிடுங்கள். ஒவ்வொரு பாடத்திலும் பெறவேண்டிய மதிப்பெண்களை 50%, 60%, 70% என்று உயர்த்திக்கொண்டே போங்கள்.

மேலே விளக்கிய வழிமுறைகளை கால தாமதமின்றி உடனே பின்பற்றுங்கள். அன்றைக்கு வகுப்பில் நடந்த பாடத்தை அன்றே வீட்டில் படித்துவிடுங்கள். இது உங்கள் படிக்கும் நேரத்தை மிச்சப்படுத்தும். இதனால் உங்களுக்குப் படிக்க அதிக நேரம் கிடைத்து, அதிக மதிப்பெண்கள் எடுக்க முடியும்.

8.5. நல்ல தேர்ச்சிக்கு அடிப்படைத் தேவைகள்

நல்ல தேர்ச்சிக்கு அடிப்படைத் தேவைகள் பின்வருவன:

1. **நன்கு படிக்கத் திட்டமும் பயிற்சியும்**

    அ. நன்கு புரிந்துகொண்டு **வேகமாகப் படிப்பது** எப்படி என்று கற்றுக்கொள்வது.

    ஆ. **தெளிவாகவும், அழகாகவும் எழுதுவது**. இது வினாக்களுக்கு விடை அளித்தல் என்ற 8.9-ஆம் பிரிவில் விளக்கப்பட்டுள்ளது.

2. **நல்ல மொழித் திறன்கள்**: எழுத்துக் கூட்டுதல், வாக்கிய அமைப்பு முதலியன. மொழித்தாள்களில் மோசமான மொழித்திறன்கள் இருந்தால் மதிப்பெண் குறைந்து விடும்; பிற பாடங்களில் ஒன்றிரண்டு தவறுகள் பொறுத்துக் கொள்வர். மேலும் பிழைகள் இருந்தால் மறைமுகமாக மதிப்பெண் குறைய வாய்ப்புண்டு. இது பற்றி மேலும் விவரங்கள் 'குறைநீக்கும் முறைகள்' என்ற பிரிவில் விளக்கப்படுகின்றது.

3. **நல்ல நினைவாற்றல்**: பிரிவு 4.6-இன் கீழ், நல்ல நினைவாற்றல் பெற எப்படியெல்லாம் திறமையாகக் கற்கலாம் என்று பார்த்தோம்

4. **நல்ல எடுத்தெழுதும் பாங்கு (Presentation)**: இதன் விவரங்கள் பிரிவு 8.9இல் விவாதிக்கபடவுள்ளது.

8.6. படிக்கும் திட்டமும், பயிற்சியும்

மேலாண்மை அறிவியலில் (Management Science) திட்டமிடுதலுக்கான நுணுக்கங்களைப் பயன்படுத்தி, நோக்கமுடன்

திறமையாகக் கற்கும் நிலையை அடையலாம். இவை திட்டமிடுதலில் 5W மற்றும் 2H எனப்படும். (Who, Why, When, Where and What, How and How much)

8.6.1. படிக்கும் பயிற்சியில் திட்டக் கூறுகள்

1. **யார்** (Who): நல்ல படிக்கும் பயிற்சியில் யாரெல்லாம் இருப்பர் என்பது வெள்ளிடைமலை. நிச்சயம் நீங்கள் உண்டு! நீங்கள் தான் படிக்கப் போகின்றீர்கள். தேவைப்பட்டால் உங்கள் பெற்றோரையும் அண்ணன், தம்பி, அக்கா, தங்கைகளையும், நண்பர்களையும் பயன்படுத்திக் கொள்ளலாம்.

   நீங்கள் சரியாகப் படித்திருக்கின்றீர்களா, மனப்பாடம் செய்திருக் கின்றீர்களா என்று சோதித்துக்கொள்ள மேற்கூறியவர்களைப் பயன்படுத்திக் கொள்ளலாம்; அவர்களிடம் ஒப்பிக்கலாம்.

   சில கடினமான பகுதிகளை, நீங்கள் உங்கள் நண்பர்களிடம் விவாதித்தால், நல்ல விளக்கம் கிடைக்கும். ஒவ்வொருத்தருக்கும் சில சந்தேகங்களும், சில பகுதி தெளிவாகவும் இருக்கும். எல்லோரும் சேர்ந்து விவாதித்துப் படிக்கும்போது, தெளிவாகத் தெரிந்த பகுதி அதிகமாகி, சந்தேகப்பகுதி குறைந்து போகும் அல்லது இல்லாமலே போகலாம். இதுதான் கூட்டுப் படிப்பின் பயன் (use of combined study). **ஆனால், நண்பர்கள் யாவரும், உண்மையில் நன்கு படிக்க வேண்டும் என்று வந்தவர்களாக இருக்க வேண்டும். விளையாட்டுப் போக்கானவர்கள் என்றால் உங்கள் முயற்சி வீணாகும்.**

2. **ஏன் ?** (Why): முதல் பகுதியிலேயே நாம் பார்த்தோம், உங்கள் தேர்ச்சித் திறன் தான் உங்கள் எதிர்காலப் படிப்பு, தொழில், வாழ்க்கை அனைத்தையும் நிர்ணயிக்கப்போவது என்று.

3. **எப்போது ?** (When): இது காலமேலாண்மை அல்லது வரவு செலவு கணக்கு (budget). இது பற்றி விளக்கமாக 7ஆம் பகுதியில் பார்த்தோம். அவற்றைப் பின்பற்றுங்கள் (அட்டவணைகள்).

4. **எங்கே ?** (Where): நல்ல காற்றோட்டமும் வெளிச்சமும் உடைய ஒ(தனி அறை படிப்பதற்கு மிகச் சிறந்தது. ஆனால் இந்தியச் சூழ்நிலையில், கிராமப் பகுதியில் வசதி இல்லாதவர்களாக இருந்தால், தனி அறை

இல்லாமல் இருக்கலாம். கவலைப்படாதீர்கள்! வீட்டில் ஏதாவது ஒரு மூலைப்பகுதியை நன்கு சுத்தம் செய்து புத்தகம், நோட்டுகளை, தேவையானவற்றை, பொன்னான நேரத்தை வீணாக்காமல், வேண்டும்போது எடுக்கின்ற வகையில் அடுக்கி வைக்கவும். நாற்காலி, மேசை கிடைத்தால் சரி, இல்லாவிட்டாலும் ஒரு சாய்வுப் பலகையை வைத்துக்கொண்டு அழகாகத் தரையில் அமர்ந்து கொள்ளுங்கள். எதுவுமே இல்லை என்றால் ஒரு பலகை அல்லது கடின அட்டையை எழுத மட்டும் பயன்படுத்திக் கொள்ளுங்கள்.

5. **என்ன ?** (What): இது முக்கியமானது. பள்ளியின் கால அட்டவணை, சோதனைகள் இவற்றிற்கேற்ப எதைப்படிப்பது என்பதைத் தீர்மானிக்க வேண்டும். அன்றைக்கு வகுப்பில் நடந்ததை அன்றே வீட்டில் படித்து முடிக்க வேண்டும். தேவைப்பட்டால் ஒய்வு/தூக்கத்தைக் குறைத்துக்கொண்டு, விடுமுறை நாளில் சரி செய்து, ஒய்வு கொள்ளலாம்.

6. **எப்படி ?** (How):

- நிமிர்ந்து அமரவும்
- புத்தகத்தின்இடப்புறமிருந்து ஒளி விழுகின்றதா என்று கவனியுங்கள் (உருது/அராபி போன்று வலமிருந்து இடம் எழுதும் மொழியானால் ஒளி வலமிருந்து வருவது நல்லது. அப்போது தான் நிழல் தடையாக இராது.
- ஒருமுகப்படுத்திய கவனம் தேவை. மனஉறுதி இதற்கு உதவும். தேவைப்படின் நீங்கள் திட்டமிடும் எதிர்கால சாதனைகளை, உங்களை ஊக்குவிப்பதற்காக மனதில் நிலை நிறுத்துங்கள்
- விரைந்து படிக்கும் நுணுக்கம்: உங்கள் கண்பார்வையில் எத்தனை சொற்கள் பதியுமோ அத்தனையும் பதியச் செய்யுங்கள் இது நீங்கள் முழு மனதுடன் ஈடுபட்டு, ஒருங்கு குவித்த பார்வையைப் பயன்படுத்தினால் மட்டுமே முடியும். நீங்கள் முதன் முறையாகப் படிக்கும்போது முக்கிய சொற்கள் வாக்கியங்கள், கருத்துகளை அடிக்கோடிட்டுக் கொள்ளுங்கள். இது இரண்டாம் முறை திரும்பப் படிக்கும் நேரத்தைக் குறைக்கும்.

நன்முறையில் விரைந்து படிக்கத் தேவையான சில முக்கிய கருத்துகளை, செய்யலாம், செய்யக்கூடாது என்று பாகுபடுத்திப் பார்ப்போம்.

	செய்க!	செய்யற்க!
1.	படித்து ஒரே பார்வையில் எத்தனைச் சொற்களைப் புரிந்து கொள்ள முடியுமோ அத்தனையையும் புரிந்துகொள்க (ஒரு முறை 5 (அ) 6 முடியும்)	ஒவ்வொரு சொல்லையும் புரிந்து கொள்ளாமல் படிக்காதீர்கள்.
2.	தினமும் செய்தித்தாள் படித்து, அகராதி பயன்படுத்தி உங்கள் சொற் களஞ்சியத்தை அதிகரியுங்கள்	புதிய சொற்களைத் தாவிச் செல்லாதீர். புதுச்சொற்களுக்குப் பொருள் தெரியாமல் படித்தால் வேகம் குறையும். புரிதலும் குறையும்.
3.	மனதிற்குள் படிக்கவும்	வாய்விட்டுப் படிக்காதீர்கள், களைப்பாக்கும். மனப்பாடம் செய்ய மட்டுமே வாய்வழி படிக்க வேண்டும்
4.	ஒரு கண் வீச்சில் படிக்க வேண்டிய சொற்களின் மையத்தில் பார்வையை செலுத்துக. செய்தித்தாளில், ஒரு கம்பத்தில் (column) உள்ள ஒவ்வொரு வரியையும் ஒரே வீச்சில் நெடுக்காகப் படிக்கலாம்.	நீங்கள் படிக்கப்போகும் வரியின் மேல் கை விரலை நகர்த்திப் படிக்காதீர்; வேகத்தைக் குறைக்கும். 
5.	ஒரு வரிசையில் முதலில் 1 (அ) 2 சொற்களுக்குப் பிறகும் முடிவில் 1 (அ) 2 சொற்களுக்கு முன்பும் உங்கள் பார்வையைச் செலுத்துக. இதனால் அப்பக்கத்தில் உள்ள காலி இடங்களின் மீது பார்வை செலுத்தத் தேவையில்லை. இதனால் நேரம் மீதமாகிறது.	ஒரு வரிசையின் ஆரம்ப சொல் முதல் கடைசிச் சொல் வரை பார்வையைச் செலுத்த வேண்டாம். ஒரு பார்வை வீச்சில் 1 (அ) 2 சொற்களை இருபக்கங்களிலும் சேர்த்துக்கொள்ளும்.  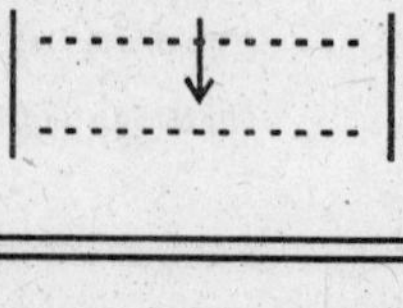

7. எவ்வளவு ? (How much): ஒரு மணியில் படிக்க வேண்டிய பகுதியைக் குறித்துக் கொள்க. இவ்வாறே அன்று எந்தெந்தப் பாடங்களில் எவ்வளவு படிக்க வேண்டும் என்பதையும் நிர்ணயம் செய்க. படிக்க வேண்டிய அளவு, நேரம் இரண்டையும் நிர்ணயித்துக் கொண்டால் தான், ஒருமுகப்படுத்திப் படித்து முடிக்க முயல்வீர்கள். இல்லையெனில் வேகம் குறைந்து, முன்னேற்றம் குறைந்து போகும்.

இது வரை எப்படித் திறமையாகவும், பயனுள்ள வகையிலும் புத்தகங்களைப் படிக்கலாம் என்பதைக் கற்றுக்கொண்டீர்கள். நன்கு படிக்கும் திறமையுடன், வேறுபல மனத் திறமைகளையும் நீங்கள் வளர்த்துக்கொள்ள வேண்டும்.

8.6.2. மனிதக் கணினி (Human Computer)

மூளையைச் சரியாகப் பயன்படுத்திக்கொண்டால், படிப்பதற்கும், கற்றலுக்கும் காரணமாக உள்ள மூளை, எந்த ஒரு கணினியையும் விடத் திறமையாகச் செயல்படும். அதிகமாக மூளைக்கு வேலை கொடுப்பவர்கள் கூட, 10 மில்லியனுக்கு மேல் நரம்பு செல்களைக் கொண்ட மூளையின், முழு ஆற்றலையும் பயன்படுத்துவது இல்லை. இப்போது சில முக்கிய ஆராய்ச்சி கண்டுபிடிப்புகளைத் தெரிந்து கொள்வோம்.

1. சொற்களைப் பயன்படுத்தல், (உருவமற்ற) கருத்துகளைப் பயன்படுத்தல் (Abstractions), தர்க்க ரீதியான சிந்தனை இவற்றிற்கெல்லாம் இடது மூளை தொடர்புடையது.
2. கற்பனையுடனும், *மனக்கண் பார்வைக்கும்* (visualization) *வலது மூளை தொடர்புடையது.* ஓவியம், வண்ணம் தீட்டுதல், நாடகம், இசை, நடனம் போன்ற கலைத்திறன்கள் வலது மூளையால் சிறப்படைகின்றது.
3. வலது மூளையின் செயல்: *மனக்கண் பார்வை* மூலமும் ஓய்வின் மூலமும் மூளை திறமையாகச் செயல்படுகின்றது. எனவே நீங்கள் படிக்கின்றபோது, ஒரு மணிக்கு ஒரு முறையோ, அல்லது தக்க சமயத்திலோ படித்தல், எழுதுதல், வரைதல், மனப்பாடம் செய்தல் போன்ற படிப்புச் செயல்களை மாற்றியமைத்து, மூளைக்கு ஓய்வு கொடுங்கள்! *கண்கள் களைப்படையும்போது ஓய்வு கொடுங்கள். கண்களை மூடிக்கொள்ளுங்கள்.* (சில நொடிகள்). பின்னர் தூரத்தில் உள்ள ஏதோ ஒரு பொருளைக் கூர்ந்து ஒரு சில நொடிகள் பாருங்கள். இப்படி மாற்றி மாற்றி 3 முதல் 5 முறை செய்யுங்கள். உடலும் களைத்திருந்தால், வீட்டினுள் 5 நிமிடம் சிறு நடை பயிலுங்கள்.

8.6.3. மனக்கண் பார்வை (Visualization)

இது உங்கள் படிப்புத்திறனை வளர்க்கின்றது. ஒரு கவிதை, பாட்டு அல்லது நாடகம் படிக்கும்போது அதில் வரும் காட்சிகளை மனக்கண் பார்வை மூலம் காணுங்கள். படித்தவற்றை அதிகநாள் நினைவு கொள்ள இது உதவும். சூத்திரங்களின் பட்டியல் அட்டை (chart) படங்கள், அறிவியல் படங்கள் ஆகியவை மனப்பாடம் செய்வதை விரைவுபடுத்தி, எளிதில் படிக்க உதவும். *சூத்திரங்கள்* அல்லது *மேற்கோள்கள்* (Quotations) ஆகியவற்றை ஓர் ஒலி நாடாவில் பதிவு செய்து, பின்னர், அதைக் காதால் கேட்டுக்கொண்டே, கண்களை மூடி மனக்கண் முன் கொண்டுவந்து பாருங்கள். எளிதில் மனப்பாடம் ஆகிவிடும்.

அதிகப் புலன்களைப் பயன்படுத்துதல்

கிட்டத்தட்ட 75% அறிவை கண்களின் மூலம் பெறுகின்றோம். அதற்கு அடுத்த நல்ல ஊடகம் காது. எனவே ஒலி ஒளித்துணைக் கருவிகளை (Audio Visual aids), ஒலி நாடா அல்லது குரல் உயர்த்திப் படிப்பது போன்றவை சீக்கிரம் மனப்பாடம் செய்ய உதவுகின்றது.

சூத்திரங்கள், விடைகள் ஆகியவற்றை நினைத்துப்பார்த்து, எழுதும்போதும் சீக்கிரம் மனப்பாடம் ஆகின்றது. இங்கு கண்களும், கைகளின் நகர்ச்சியும் சீக்கிரம் கற்க உதவுகின்றது. இதனால் தான் ஒருமுறை எழுதுவது 5 (அ) 10 முறை படிப்பதற்குச் சமம் என்று சொல்வார்கள்.

8.6.4. படிக்கும் திறனை வளர்க்க பிற வழிகள்

- ஆழ்ந்து படிக்கச் செல்லுமுன், அப்பகுதியின் தலைப்பு, முக்கிய கருத்துகள், சற்று மாறுபட்ட வடிவ எழுத்தில் (bold) உள்ளவை ஆகியவற்றைப் புரிந்துகொண்டு, பின்னர் படித்தால், எளிதில் நினைவில் நிற்கும். ஒவ்வொரு பகுதியின் (chapter) கடைசியில், சுருக்கம் அல்லது முடிவுரை கொடுத்திருப்பர். அதைப் படித்தாலும் பயன்கிடைக்கும். இதற்கு **ஆயத்தப்படுத்தல்** (warming up) என்று பெயர். இவ்வாறு செய்வது உங்களை ஊக்குவிக்கின்றது, ஆர்வத்தை ஏற்படுத்துகின்றது, உங்கள் கவனத்தை முக்கியக் கருத்துகளைப் புரிந்துகொள்ளும் வகையில் ஈர்க்கின்றது.
- செய்திகளை, கருத்துகளை உங்கள் பழைய அனுபவ அறிவுடன் தொடர்புபடுத்துங்கள்.
- அன்று படித்தவற்றை சமயம் வரும்போது பயன்படுத்துங்கள் அல்லது, தக்க சமயம் வரும்போது அதை நினைத்துப்பாருங்கள்.

- முக்கியமான பாடப்பகுதிகளை நாள் முடிவிலும், வார முடிவிலும், மாத முடிவிலும், காலாண்டுக்கொரு முறையும், இப்படி திரும்பத் திரும்பப் படியுங்கள்! நீங்கள் படித்ததை நிலைப்படுத்த இது பயன்படும்.
- நீங்கள் படித்ததைப் பற்றி நண்பர்களிடம் விவரித்துப் பார்த்துக் கொள்ளுங்கள் அல்லது யாரையாவது கேள்வி கேட்கச் சொல்லுங்கள். இது உங்கள் புரிந்துகொள்ளும் தன்மையை உறுதிப்படுத்த / வலுப்படுத்த உதவும்.

8.7. தேர்வினை எதிர்கொள்ளல்

8.7.1. ஞானமும், மதிப்பெண்ணும்

பத்து அல்லது 12 வருடங்களாகப் படித்த அறிவுத்திறன், பத்தாம் அல்லது பன்னிரண்டாம் வகுப்பின் இறுதியில் நடக்கும் தேர்வுகளின் முடிவுகள் மூலம் நிர்ணயிக்கப்படுகின்றது. உண்மையான அறிவை, ஞானத்தை விரும்புபவர் மட்டும் எல்லாப் பாடங்களையும், எல்லாப் பாடப் பகுதிகளையும் முழுமையாகச் கற்றுத் தெளியவேண்டும்.

துரதிர்ஷ்டவசமாக, பொதுத் தேர்வுகளில் எடுக்கும் மதிப்பெண்களுக்கு அதிக மதிப்பும், முக்கியத்துவமும் கொடுப்பதனால், மாணக்கர் பொதுத் தேர்வுகளை, சில யுக்திகளையும், நுணுக்கங்களையும் பயன்படுத்தி எழுதி, அதிக மதிப்பெண் பெறத் தயாராகின்றனர். இப்படி அறிவு, ஞானத்தின் முக்கியத்துவம் மதிப்பெண்களுக்கு மாறியுள்ளது.

8.7.2. முந்தைய ஆண்டு வினாத்தாள்களை அலசிப்பார்த்தல்

பொதுத் தேர்வு என்னும் பூட்டை வெற்றிகரமாகத் திறப்பதற்குப் பயன்படும் *சாவியாக* இச்செயல் கருதப்படுகிறது.

கல்வித்துறை வினாத்தாள் குறிப்போருக்கு எதெதிலிருந்து எப்படிக் கேட்க வேண்டும் என்று ஒரு திட்டத்தினை (Blueprint) வழங்குகின்றது. இது எந்தெந்தப் பாடப்பகுதிக்கு எவ்வளவு மதிப்பெண், ஒவ்வொன்றிலும், பல்விடையில் தெரிவு செய்தல், பொருத்துதல், குறு விடை, பெரிய வினா விடைகளுக்கு எவ்வளவு மதிப்பெண் வழங்கப்படும் என்பதையெல்லாம் சுட்டிக்காட்டும். இது தனிப்பட்ட பாடப் பகுதிகளுக்கு கொடுக்கப்பட்டுள்ள முக்கியத்துவத்தைக் காட்டுகின்றது.

இத்தகைய திட்டம், இப்போது மாணாக்கருக்கும் பள்ளி அல்லது துணைவன் (Guide) மூலமாகக் கிடைக்கின்றது. இதை நீங்கள் நன்கு

தெரிந்துகொள்ள வேண்டும். இதன் மூலம் எந்தத் தலைப்புகள் முக்கியம், எந்த விதமான கேள்விகள் என்பதெல்லாம் தெளிவாக விளங்கும்.

மேலும் 3 முதல் 5 ஆண்டு விடைத்தாள்களை அலசிப்பார்த்தால், அடிக்கடி கேட்கப்படும் கேள்விகள் எவை, எப்போதாவது கேட்பவை எவை என்பது தெரியும். இக்கேள்விகளை, பாடத்தின் சிறு சிறு தலைப்பு வாரியாக அட்டவணைப்படுத்தினால் இன்னும் துல்லியமாக எந்தச் சிறு தலைப்புகள் முக்கியம் என்றும் தெரியும்.

8.7.3. பொதுத் தேர்வுக்குப் படிக்கும் நடைமுறை (Practical) வழி

நீங்கள் அடிக்கடி கேட்கப்படும் வினாக்கள் அனைத்தையும் மிக நன்றாகப் படித்திருக்க வேண்டும். 50% முதல் 80% அவை மீண்டும கேட்கப்படலாம். இவற்றிற்கு பாடப் புத்தகத்தில் உள்ளவாறு (அ) பாட ஆசிரியர் எப்படி விரும்புகிறாரோ அப்படி முழுமையாகத் தேர்வு மாதத்துக்கு மிக முன்னரே விடை எழுதத் தயார் செய்து கொள்ள வேண்டும். அதாவது, அரையாண்டுத் தேர்வின்போதே இவற்றில் நீங்கள் முழுமையாகத் தயாராயிருக்க வேண்டும். சிறு பிழை கூட இருக்கக் கூடாது. பெரும்பாலான பள்ளிகளில் அரையாண்டுத் தேர்வின்போதே எல்லாப் பாடங்களையும் நடத்தி, தேர்வுக்கு உண்டு என்று சொல்வார்கள் (பத்து, பன்னிரண்டாம் வகுப்புகளில்). அடிக்கடி கேட்கும் கேள்விகளில் முற்றிலும் ஆயத்தம் ஆனபின் அவ்வப்போது கேட்கும் கேள்விகளுக்கும், எப்போதாவது கேட்கும் கேள்விகளுக்கும் தயாராக வேண்டும்.

இத்துடன் நிற்பது ஆபத்தானது. இவையன்றி, பாடங்களில் வரும் மற்ற கேள்விகளுக்கும் விடை தெரிந்திருக்க வேண்டும். அப்போது தான் நூற்றுக்கு நூறு மதிப்பெண் பெற வாய்ப்பு உண்டு. தோல்வியடைவது மிகக் கடினம்.

3 (அ) 5 ஆண்டு வினாத்தாள்களில் விடை தெரிந்து நன்றாகப் பயிற்சி எடுத்திருந்தால், நீங்கள் தோல்வி அடைவது மிகக் கடினம். ஆனால் கடுமையான போட்டி நிறைந்த உலகில், நீங்கள் அதிக பட்ச மதிப்பெண் பெற முயல வேண்டும். சில சமயம் 0.5 தேர்வு நிலைப் புள்ளிகளில் சேர்க்கை கிடைக்காமல் போகலாம். மேலே கூறப்பட்ட கருத்துகள் நீங்கள் எப்படி, எது எதற்கு முன்னுரிமை கொடுத்துப் படிக்கலாம் என்பதற்குத் தான். ஆனால் படிப்படியாக, எல்லா நிலைகளுக்கும் தயார் ஆவதுதான் சிறந்தது. அப்போது தான் தொழில் கல்வி சேர்க்கைக்கு வழி பிறக்கும்.

8.7.4. முனைப்புசார் பயிற்சியே முழுமை வெற்றிக்கு வழி

பொதுத் தேர்வு மாதிரி சோதனைகளில் பெரும்பாலும் எல்லாப் பள்ளிகளும் பயிற்சி அளிக்கின்றன. நீங்கள் பொதுத் தேர்வே எழுதுவதாக நினைத்து இத்தேர்வுகளை எல்லாம் முனைப்புடன் நன்கு படித்து எழுதுங்கள். விடைத்தாள்கள் கொடுத்தவுடன், உங்கள் பெற்றோர் (அ) நண்பர்களுடன் அமர்ந்து உங்கள் குறைகள் என்ன என்பதைக் கண்டறியுங்கள். இது குறிப்பிட்ட பாடத்தைக் கற்பதில் உங்களுக்குள்ள 'நோயை' (குறையை)க் கண்டறியும் முறை (diagnosis) என்போம். நீங்கள் முழுவதுமாகவோ அல்லது சரியாகவோ விடை எழுதிப் பார்ப்பதன் மூலம் உங்கள் குறைகளைப் போக்கிக் கொள்ளலாம். அதுபோன்ற பல வினாத்தாள்களில் நீங்கள் பயிற்சி மேற்கொள்ள வேண்டும்.

8.7.5. குறைநீக்கு முறைகள்

பொதுவாக மாணாக்கர் செய்யும் முக்கிய தவறுகளை, பாட அடிப்படையில் மூன்று பெரும் பிரிவாகப் பிரித்து விவரமாகக் காண்போம். (1) மொழிப்பாடம் (2) அறிவியல், கணிதம் மற்றும் கணக்கு அறிவு, பயன்படும் வேறு சில பாடங்கள் (கணக்கியல் - Accountancy) போன்றவை (3) சமூக அறிவியல் (அதிக கட்டுரை வகை வினாக்கள் கொண்டு அதிகமாக விவரிக்கும் வகைப்பாடம்). இவை மொழித்திறனுடன் தொடர்புடையவை. மேலும் நிகழ்ச்சிகளையும், நடந்த காலங்களையும் நினைவுபடுத்தும் பாடங்களாகும்.

1. மொழிப்பாடங்கள்

இதில் முக்கியமாகக் கவனிக்கவேண்டிய கூறுகள், எழுத்துக் கூட்டல் (Spelling) மற்றும் சரியான முறையில் வாக்கியங்கள் அமைத்தல். ஆங்கில வாக்கியங்களின் கட்டமைப்பு முறை இந்திய மொழிகளின் முறைகளிலிருந்து மாறுபட்டவை. எனவே, எளிய முறையில் சரியாக வாக்கியங்கள் எழுதப் பயிற்சி பெற வேண்டும். மூன்றாவது, முக்கியக் கூறு சொற்களஞ்சியம் பெருக்குவதாகும்.

எழுத்துக் கூட்டல் (Spelling): ஒவ்வொரு மொழிக்கும், புதுமையான எழுத்துக் கூட்டும் முறையும், உச்சரிப்பு முறையும் இருக்கும். ஆங்கிலத்தில் ஒரு குறிப்பிட்ட எழுத்திற்கு இடத்திற்கேற்ப உச்சரிப்பு மாறும். Put மற்றும் But-இல் வரும் u வின் உச்சரிப்பைக் கவனியுங்கள். சாதாரணமாக நாம் எழுத்துக் கூட்டலை, உச்சரிப்பின் அடிப்படையில் எழுதுவது வழக்கம். ஆனால் எல்லாச் சொற்களுக்கும் இது பொருந்தாது. 'ரென் அண்டு

மார்ட்டின்' புத்தகத்தின் புதுப் பதிப்பு, அது போன்ற நூல்களைப் பயன்படுத்தி, புதுமையான எழுத்துக் கூட்டல் கொண்ட சொற்கள், ஒரே ஓசையுடைய, மாறுபட்ட எழுத்துக் கூட்டல் உடைய சொற்கள், ஒரே எழுத்துக் கூட்டல் ஆனால், மாறுபட்ட உச்சரிப்புடைய சொற்கள், (**உதாரணம்:** Minute - பெயர்ச் சொல்லாக 'மினிட்' என்பது, உரிச்சொல்லாக 'மைன்யூட்' என்று உச்சரிக்கப்படும்) ஆகியவற்றைக் கற்றுக்கொள்ளுங்கள். சில சொற்களில் உச்சரிக்கப்படாத எழுத்தும் உண்டு (**உதாரணம்:** doubt, Psychology பின்வரும் நுணுக்கங்களைக் கையாண்டு, எழுத்துக் கூட்டலில் நல்ல தேர்ச்சி பெறுங்கள்.

2 (அ) 3 புலன்களைப் பயன்படுத்துதல்: சாதாரணமாகக் கண் மூலம் சொல்லின் வடிவத்தைப் பார்த்து எழுத்தை மனதில் கூட்டிப் பார்ப்பீர்கள். கண் வழி கற்பது நன்கு நினைவில் இருக்கும். இதனுடன் ஒலி வழியாக, வாய்மொழியாக உச்சரித்தோ அல்லது ஒலி நாடாவில் பதிவு செய்ததைக் கேட்டோ காதுக்கு வேலை கொடுக்கும்போது இன்னும் நன்றாக நினைவில் இருக்கும். இத்துடன் உணர்வுப் புலனையும் சேர்த்தால் இன்னும் தெளிவாக நினைவில் இருக்கும். அந்தக் காலத்தில் குழந்தைகளுக்கு எழுதக் கற்றுக் கொடுக்க ஆரம்பிக்கும்போது மணல் தட்டில் அல்லது தரையில் உள்ள மணலில் எழுதக் கற்றுக்கொடுப்பார்கள். நீங்களும் சொற்களின் எழுத்துகளை, மணல் தட்டிலோ மணலிலோ எழுதிப் பார்த்தால், இன்னும் நன்றாக நினைவு வரும். அதுவும் இன்றேல், மெல்லிய மணல் தாள், வெற்றுத் தாள் அல்லது மேசை பரப்பின் மேல் எழுதிப் பார்க்கலாம். உங்கள் கைவிரலை அது தேய்த்துவிடக் கூடாது; அவ்வளவு தான்.

ஒரே ஓசை உடைய ஆனால், வெவ்வேறு எழுத்துகளைக் கொண்ட சொற்களானால், அதன் பொருளை அல்லது காட்சியை மனக்கண்முன் நிறுத்தி (Visualization) அக்காட்சியுடன் எழுத்துக் கூட்டலையும் தொடர்புபடுத்துங்கள் அப்போது இன்ன பொருள் சொல்லுக்கு இன்ன எழுத்துகள் என்று மனதில் பதியும். **உதாரணம்:** fare என்றால் வண்டிக் கட்டணம். இதை far-e எனப் பிரித்து far என்பது தூரம், தூரம் செல்லப்பயன்படும் பஸ் கட்டணம் என்று தொடர்புபடுத்தலாம். fair என்பது அழகான என்பதால் ஒரு அழகான பெண் படத்துடன் தொடர்புபடுத்தலாம். fare என்பதில் far-e இணைந்து வரும் என்று உறுதி செய்துகொண்டால் அடுத்தது வேறு எழுத்துகள் கொண்டது என்று தெரிந்து கொள்ளலாம். **இவை எல்லாம் அவரவர் கற்பனைக்கு ஏற்ப நினைவில் கொள்ளும் வழி. ஒரு சட்ட திட்டம் ஏதும் இல்லை.** அப்படி அமைந்தால் அதை நினைவில்

கொள்ளலாம். இதுபோன்று, தாய்மொழியிலும் சில வழிமுறைகளைக் காணலாம். தமிழில் அதிகத் தொந்தரவு என்று சிலர் நினைப்பது ர,ற,ண,ன,ந, ல,ள,ழ ஆகியவை. *படிக்கின்றபோதே உச்சரிப்பு வேறுபாட்டை நினைவில் கொண்டால்* பிரச்சினை இராது. அரம், அறம், அரத்துடன் ராவும் கருவியைத் தொடர்பு படுத்துங்கள். அறம், தருமம் வலியுறுத்தப்படவேண்டிய ஒன்று. இதன் 'ற' வும் வலியுறுத்திக் கூறப் படவேண்டியது என்று நினைவில் கொள்ளலாம். *அச்சில் படிக்கும்போதே, என்ன எழுத்து என்று ஒன்றுக்கு இரண்டு முறை பார்த்து, சொல்லிப் படித்தால் எழுத்துப் பிழை வராது.*

அடுத்து, தமிழில் கவனிக்க வேண்டியது, வல்லெழுத்து மிகுமிடங்கள், மிகா இடங்கள். இரண்டாம் வேற்றுமை உருபின் முன், நான்காம் வேற்றுமை உருபின் முன்மிகும் என்பது போல மிக முக்கியமானவற்றை நினைவில் கொண்டாலே பாதிக்குமேல் பிழையைக் குறைக்கலாம்.

பிற மொழிகள்: தினமும், ஒருமணி நேரம் ஒதுக்க முடியுமானால், வெளிநாடு போக விரும்பினால்,தேசிய அளவில் வேலை செய்ய நினைத்தால், இந்தி, ஃப்ரெஞ்ச், ஜெர்மன், ஜப்பானிய மொழிகளைக் கற்பது மிகவும் நல்லது. முன்னேற்றமடைந்த நாடுகளில் பயணம் செய்ய இம்மொழிகள் பெரிதும் உதவும். அந்தந்த மொழிக்குரிய தூதரகங்களைத் தொடர்பு கொண்டால் எப்படி, எப்போது கற்காலம் என்ற விவரம் கிடைக்கும்.

வாக்கியங்கள்: ஒரு வாக்கியத்தில் மிக முக்கியப் பகுதிகள் 'எழுவாய், பயனிலை, செயப்படு பொருள்' என்பன. ஒரு வாக்கியத்தில் இவை எப்படி அமைந்திருக்கும் என்பதைத் தெரிந்திருக்க வேண்டும். இது ஆங்கிலத்திற்கும் பிற மொழிக்கும் மாறுபட்டிருக்கும். இவ்வாறே, படர்க்கையில் (ஒருமை) நிகழ்காலத்தில் மாறுபட்டு வரும் என்பதும் தெரிந்திருக்க வேண்டும் He / She *goes* என்று அமையும். ஏற்கெனவே இலக்கணம் தெரியும் என்றால் நன்று. இல்லை என்றால் ஒரு நல்ல புத்தகம் கொண்டு படித்துத் தெரிந்துகொள்வது நல்லது. ஒரு நிகழ்ச்சியை, கதைச் சுருக்கத்தைக் கூறும்போது கடந்த காலத்திலேயே கூறினால் (ஆங்கிலத்தில்) அதிக மாற்றம், பிழை வராது. முக்காலத்தையும், 'தன்மை, முன்னிலை, படர்க்கை' என்ற மூன்று நிலைகளையும் இணைத்து இலக்கண நூலில் இருக்கும். அதைத் தெளிவாக்கிக் கொள்ளுங்கள். ஒன்பதாம் வகுப்பு முதல் கற்பிக்கும் செயல் முறை இலக்கணத்தில் (functional grammar) தெளிவாக இருக்கவும். இது வாக்கியங்களைப் பிழை இன்றி எழுத உதவும்.

தமிழில் வாக்கிய அமைப்பில், எழுவாய்க்கு ஏற்ப வினைச்சொல் அமையவேண்டும். தமிழ் வினைச்சொல்லின் சிறப்பறிந்து பயன்படுத்துக.

I study: நான் படிக்கிறேன்.

You study: நீ படிக்கின்றாய், நீங்கள் படிக்கின்றீர்கள்.

(மரியாதை பொருட்டோ, அல்லது பலர் பால் காட்டும் வேற்றுமை தமிழில் உண்டு. ஆங்கிலத்தில் இல்லை.)

He/She studies. ஆனால் தமிழில் அவன் படிக்கிறான், அவள் படிக்கிறாள். அஃறிணை வேற்றுமை ஆங்கிலத்தில் இல்லை.

It goes. தமிழில் அது போகின்றது. இவ்வாறு ஒவ்வொரு மொழிக்கும் உள்ள தனித்தன்மைகள் அறிந்து பயிற்சிபெறுக.

சொற்களஞ்சியம் (Vocabulary): ஒரு மொழியின் நடையழகு, சொல்லழகு நன்கு அமையவேண்டும் என்றால் உங்கள் சொற்களஞ்சியம் அதிகமாக இருக்கவேண்டும். ஒரு சொற்பொழிவைத் தவிர எழுத்து நடையில் ஒரே சொல்லைக்கொண்டு முடித்தால் படிக்கச் சுவைபடாது. ஒரு பொருளைக் குறிக்கும் பல சொற்கள் ஒவ்வொரு மொழியிலும் உண்டு. சற்று மாறுபட்ட பொருள் இருக்கும். நுணுக்கமான பொருள் வேறுபாடுகளை அறிந்து, சொற்களைப் பயன்படுத்தும் ஆற்றல் பெற உங்கள் சொற்களஞ்சியம் ஆழ்ந்ததாக, அதிகமாக இருக்கவேண்டும். அவற்றைப் பொருத்தமான இடத்தில் பயன்படுத்தத் தெரிந்திருக்க வேண்டும். ஆங்கிலத்தில் say, tell, inform, request, order, utter, announe எல்லாமே தெரிவிப்பதில் பல மாறுபட்ட நிலைகளைக் காட்டுகின்றது. தமிழிலும் இப்படிச் சொற்கள் உண்டு. 'சொல், கூறு, இயம்பு, பகர், செப்பு, கழறு' என்பன 'தெரிவித்தல்' என்ற கருததைத்தான் குறிக்கின்றன. என்றாலும் நுண்ணிய பொருள் மாறுபாடு உண்டு. இது சொற்களஞ்சியத்தின் ஒரு தன்மை. இதைவிட முக்கியமான பணி, உங்கள் சொற்களஞ்சியம் அதிகமாக இருந்தால்தான் படிக்கின்ற பாடம் அல்லது செய்தி அல்லது கவிதை புரியும். இது கீழ் வகுப்புகளிலிருந்தே நீங்கள் வளர்த்திருக்கவேண்டும்.

ஒவ்வொருநாளும், 5 புதிய சொற்களைப் பொருளுடன் தெரிந்து கொள்ளுங்கள். அகராதியிலிருந்து தெரிந்தெடுக்கலாம் அல்லது செய்தித்தாள், இதழ்களில், பாடத்தில் வரும் புதிய சொற்களுக்குப் பயன் படுத்துங்கள். மொழித்திறன்களை வளர்க்க 'அகராதி பழக்கம்' மிக அவசியம்.

இப்படிச் செய்தால் நீங்கள் படிக்கும் பாடம் நன்கு புரியும்; எழுதும்போது நல்ல நடையழகு வரும். கவிதை புனையலாம். இப்படிக் கூறும்போது, நீங்கள் எளிதில் புரியாத கடுநடையில் (Bombostic style) எழுதவேண்டும் என்று

கூறவில்லை. இதற்கு ஆங்கிலத்தில் கூறும் உதாரணம்: 'நின்று கொண்டிருந்தவன் படுத்துக்கொண்டான்' என்பதை 'Turned from perpendicularity to horizontality' என்று சொன்னால் எப்படி இருக்கும்?

மேலும் காலத்திற்கேற்ப நடைமாறும்; சில புதிய சொற்கள் உருவாகும். அவற்றையெல்லாம் தெரிந்து கொள்ளுங்கள். இருபது ஆண்டுகளுக்கு முன் 'க்ஷேமம். க்ஷேமத்திற்குப் பதில்' என்று எழுதுவார்கள். இப்பொழுது 'நலம் நலமறிய ஆவல்' என்று மாறிவிட்டது.

கவிதையில் புதிய வேறுபட்ட சொற்களையும் பயன்படுத்தலாம். கவிதையும் காலப்போக்கில் மாறி வருகின்றது. பல்வேறுபட்ட ஆசிரியர்களின் வெவ்வேறு நடையழகைத் தெரிந்துகொண்டு மொழிச் சிறப்பைச் சுவையுங்கள். மொழிப்பாடங்களில் உங்கள் மொழித்திறன்களை வெளிப்படுத்துங்கள். அறிவியல் பாடங்களில், மொழித்திறனைக் காட்டாமல் பொருத்தமான சொற்களைப் பயன்படுத்துங்கள். சமூகவியலில் ஓரளவு மொழித்திறன் காட்ட வாய்ப்பு உண்டு. இவ்வாறே கற்போரின் அல்லது கேட்போரின் நிலைக்கேற்பத்தான் மொழி அமையவேண்டும். உதாரணமாக, நான் இந்த நூலை எழுதும்பொழுது கடும் இலக்கிய நடையில் எழுதாமல், பேச்சு நடையில் எளிதில் புரியும் வண்ணம் எழுதியுள்ளேன். என்றாலும் 'போய்விட்டது' என்பதற்குப் பதில் 'போச்சி', 'போயிடுத்து', 'பூட்ச்சு' என்று கதைப்பாத்திரப் பேச்சு வழக்கைப் பயன்படுத்தவில்லை. சில புதிய தமிழாக்கங்கள் புரியாமல் போகக் கூடாது என்பதற்காக அதை விளக்கியுள்ளேன். அதற்குரிய ஆங்கிலச் சொற்களையும் அங்கங்கே காட்டியுள்ளேன். நீங்கள் கீழ்வகுப்பிலிருந்து மேல்வகுப்புக்குப் போகப் போக, உங்கள் மொழித்திறன் நடை சிறப்பாக முன்னேற வேண்டும்.

2. அறிவியல், கணிதப்பாடங்கள்

கணிதம் எல்லா அறிவியல் பாடங்களையும் புரிந்துகொள்ள உதவும்.

கணிதம் *ஒரு கருவிப்பாடம்.* அதாவது மற்ற எல்லாப் பாடங்களிலும் அளவு எண்ணிக்கை பற்றிய கருத்துகளைப் புரிந்துகொள்ள கணித அறிவு அவசியம். துரதிர்ஷ்டவசமாக பெரும்பாலான மாணாக்கர்கள் கணிதப் பாடத்தில் திறன் குறைந்தவர்களாக உள்ளனர்.

இதன் காரணமாக கணக்கைப் படிப்படியாகப் புரிந்துகொள்ள வேண்டும். கணக்குப் பாடங்கள் ஒன்றுக்கொன்று தொடர்புடையன. கீழ்வகுப்பில் சில தலைப்புகள் ஏதோ ஒரு காரணத்தால் புரிந்துகொள்ளவில்லை என்றால், அதன் தொடர்ச்சியாக வரும் மேல் வகுப்பு

கணக்குகளைப் புரிந்துகொள்ளவே முடியாது. **உதாரணம்:** பின்னங்களில் கூட்டல், கழித்தல், சிரமமான பகுதி. பெருக்கல், வகுத்தல் போட சில சிறப்பு முறைகள் தெரிந்திருக்கவேண்டும். வகுத்தல் என்பது பெருக்கலின் தலைகீழ் என்பதால் வகுத்தல் செய்வதற்கு பதில் தலைகீழாய் எழுதி பெருக்குகின்றோம். 'நேர், எதிர் எண்கள்' என்ற கருத்துடைய 'முழுக்கள்' (Integers (z)) பகுதியையும் பெரும்பாலான மாணாக்கர் புரிந்துகொள்வதில்லை. 'நேர் எண்' என்பதற்குப் பதில் 'மிகை முழுக்கள்' (Positive integers), 'எதிர் எண்' என்பதற்குப் பதில் 'குறை முழுக்கள்' (Negtive integers) என்ற சொற்கள் பழக்கத்தில் உள்ளன. இவற்றில் கூட்டல், கழித்தல், பெருக்கல், வகுத்தல் செய்ய மாணாக்கர் கஷ்டப்படுகிறார்கள். குறிப்பாகக் கழித்தல் புரிந்துகொள்ள மிகக் கஷ்டப்படுகின்றார்கள். இவை புரியவில்லை என்றால் மேல்வகுப்பில் சமன்பாடுகளுக்கு தீர்வு காணமுடியாது $(-5) - (3) = -8$; $(-5) + (-3) = -8$ என்பதெல்லாம் நன்கு தெரிந்திருக்கவேண்டும். இவ்வாறே இயற்பியல், வேதியலில் சில கருத்துகள் 'முழுக்கள்' தெரியாவிட்டால் புரியாது.

ஒரு நல்ல ஆசிரியர் மருத்துவரைப் போல் மாணாக்கருக்கு எந்தப் பகுதியைப் புரிந்துகொள்வதில் சிக்கல் என்று எளிதாகக் கண்டுபிடிக்க முடியும். நீங்களும் ஓரளவுக்கு இதைச் செய்யலாம். இப்படிக் கண்டுபிடித்தால், எந்தக் கீழ் வகுப்புப் பாடங்கள் புரியவில்லையோ அதில், மேலும் கொஞ்சம் பயிற்சி செய்யுங்கள். விடுமுறை நாள்களில் இதைச் செய்யலாம். முழுக்களையும், பின்னங்களையும் புரிந்து கொள்ளாத மாணாக்கர் பத்தாம் வகுப்பு வந்த பின்னர் சில பயிற்சிகளை செய்யச் சொல்வேன். அவற்றைச் செய்தபின், அவர்கள் பத்தாம் வகுப்புப் பாடங்களை நன்கு புரிந்து கொண்டார்கள். குறிப்பாக இருபடிச் சமன்பாடுகளில், +, – எண்கள் வந்து, அவற்றைக் கூட்டிக் கழிக்கும்போது செய்யும் தவறுகள் குறையும். அவர்கள் தன்னம்பிக்கையுடன் அப்பகுதிகளைச் செய்தனர். **உதாரணம்:** மடக்கை (Logarithm).

ஆசிரியர் வகுப்பறையில் *கணக்கு, அறிவியல் பாடங்களில் வரும் கணக்குகளைப் போடும்போது படிப்படியாக என்ன விளக்கம் தருகிறார் என்பதைக் கூர்ந்து கவனித்துக் கேட்க வேண்டும்;* பக்கத்து நண்பனுடன் பேச்சு, ஏதோ ஒரு காட்சி, ஓசை இதனால் பாதிக்கப்பட்டு, கவனிக்காமல் விட்டுவிட்டால் அதன் அடுத்த 'படி' உங்களுக்குப் புரியாது. *எப்போதும் வகுப்பில் முனைப்புடன் கவனிக்க வேண்டும்.*

மேல்நிலை வகுப்பில், வகை நுண் கணிதம் நடத்தும்போது, ஏதோ காரணத்தால் வகுப்புக்குப் போக முடியவில்லை என்றால், அதன் தலைகீழ்

செயலாகிய தொகை நுண் கணிதம் நடத்தினால் ஒன்றும் புரியாது. திசை அளவுகளின் (Vectors) அடிப்படையைக் கவனிக்கவில்லை என்றால், அதில் வரும் பெருங் கணக்குகள் போட முடியாது.

இவ்வாறே எல்லாத் தலைப்புகளிலும் சொல்லலாம். ஆனால் இந்தச் சிக்கல் பெரும்பாலும் சமூகப் பாடங்களில் இருக்காது. அக்பரின் வரலாறு தெரிய வில்லை என்றாலும் சிவாஜியின் வரலாற்றைப் படிக்கலாம்.

ஆனால், கணிதத்தை முதலிலிருந்து நன்கு கவனித்துப் படித்தால், இது *தான் எல்லாப் பாடங்களை விட எளிய, சுவையான பாடம். நீங்கள் தெரிந்த கணக்குகளைப் போட்டு முடிக்கும்போது எதையோ கண்டுபிடித்து விட்ட, சாதித்த பெரு மகிழ்ச்சி தோன்றும்.* கீழ் வகுப்புகளில் மாணாக்கர்கள் கொடுத்த கணக்கை சரியாகச் செய்து விட்டால், 'இன்னும் கொடுங்கள்' என்று நம்மை நச்சரிப்பார்கள். அதைப் போட்டு முடிப்பதில் சொல்லமுடியாத பெரும் மகிழ்ச்சியைப் பெறுகின்றனர்.

எனவே, மேல் வகுப்புகளில் பயன்படுகின்ற கீழ் வகுப்புப் பாடப் பகுதிகளை, கால், அரை, ஆண்டுத்தேர்வு விடுமுறை நாள்களில் *போட்டுப் பழகிப் பயிற்சி செய்யுங்கள்.* சந்தேகம் வந்தால், நண்பர்கள், பெற்றோர் ஆசிரியர்களைக் கேட்கக் கூச்சப்படாதீர்கள்.

3. சமூக அறிவியல்

பெரும்பாலும், சமூகப்பாடம், குடிமைஇயல் (Civics), வரலாறு, பொருளாதாரம் போன்றவை வர்ணனைப் பாடங்கள் (ஓரளவு கணிதக்கருத்து வரலாம் என்றாலும் கடினம் இருக்காது). இங்கு எளிதாகக் கட்டுரை வகை வினாக்களுக்கு நன்றாக பதில் எழுதத் தெரிந்திருக்க வேண்டும். முக்கியக் கருத்துகளை விட்டுவிடக் கூடாது. வணிகஇயலில், கணக்கியல் என்னும் Accountancy கூட்டல், கழித்தல் பெருக்கல், வகுத்தல் போன்ற சிறிது கணக்கிடுதலைக் கொண்டிருக்கும். உளவியல், சமூகவியல் ஆகியவை மனித மற்றும் குழுக்களின் நடத்தை பற்றிக் கூறுவன. விவரங்களைச் சொல்வதாக இருக்கும் (முதுகலைப் படிப்பில் வரும் இவற்றின் விரிவான பாடங்கள் உள அளவையியல் (Psychometry) பொருளாதார அளவையியல் (Econometry) போன்றவற்றில் நடத்தை அல்லது பண்புகளை அளக்கும் நிலையில், சற்று மேல்நிலைக் கணக்கும் வரும்).

எனவே 'சமூகப் பாடங்களில் படிக்கும் நுணுக்கங்கள்' என்ற தலைப்பில் விளக்கிய மாதிரி, முக்கியக் கருத்துகளை அடிக்கோடிட்டு, பல காலகட்டங்களில் திரும்பத் திரும்பப் படித்து, புரிந்துள்ளதா என்று சோதித்துப்

பார்த்துப் படியுங்கள். வரலாறு, குடிமையியல் போன்ற பாடங்களில் ஆண்டுகள், தேதிகள் நினைவில் கொள்ளவேண்டி இருக்கும். தவறான தேதிகளைக் குறிப்பிடக் கூடாது. எண்களின் அமைப்பைப்புரிந்து கொள்வது, நிகழ்ச்சிகளுடன் தொடர்புபடுத்திப் பார்ப்பது போன்ற நுணுக்கங்களைக் கையாண்டு நினைவில் கொள்ளுங்கள்.

8.8. தேர்வு மையத்திற்குச் செல்ல ஆயத்தம்

நன்றாகப் படித்திருந்தாலும், உடல் நலமில்லை என்றால் பயன் இல்லை. அதனால் தேர்வின்போது, பிடித்த, சத்தான உணவையே உண்டு, ஒவ்வாமை ஏற்படுத்தும் உணவுகளைத் தவிர்த்து, உடல் நலம் காக்கவும். தொடர்ந்து அதிக நேரம் கண்விழித்தாலும் நலம் கெடும். எனவே, எந்த அளவுக்கு தேர்வுக்கு முன்னால், குறைந்தது ஒரு வாரம் முன்னாலேயே படித்து முடித்துவிட்டு, தேர்வு சமயம் திருப்புதல் மட்டும் செய்யவேண்டும். எனக்குத் தெரிந்த நல்ல மதிப்பெண் எடுக்கும் மாணாக்கர் சிலர், உடலுக்கு அதிகத் தொல்லை கொடுத்து, சரியாக எழுதாமல் குறைந்த மதிப்பெண் எடுத்துள்ளனர். தொடர்ந்து உடலைத் துன்புறுத்தாமல், இரவு சரியாகத் தூங்கவில்லை என்றால், இடையில் ஒரு மணி நேரமாவது ஓய்வு எடுங்கள். அதாவது, முதல் நாள் கடின பாடம் என்பதால் 4 (அ) 5 மணி தான் தூங்கினீர்கள் என்றால், அடுத்தநாள் சாப்பிட்டபின் ஒரு மணியாவது குட்டித் தூக்கம் போடுங்கள், யாரிடமாவது எழுப்பும்படி கூறிவிட்டுப் படுக்கவும். இப்போது நீங்கள் புத்துணர்ச்சி பெற்று நன்கு ஒருமுகப்படுத்திப் படிக்க முடியும். பெற்றோர் தெரியாமல் திட்டினால், தேவையை விளக்குங்கள். அடுத்தநாள் விடுமுறை என்றால் அப்போது முழு ஓய்வு கொடுங்கள்.

தேர்வுக்குப் புறப்படும் முன் மையுடன் பேனா, பென்சில், கூர் செய் கருவி, அழிப்பான் (Eraser), *நுழைவுச்சீட்டு* (Hall ticket) ஆகியவை உள்ளனவா என்று சோதித்து பின்பு புறப்படவும்.

தேர்வு மையம், உங்கள் பள்ளி இல்லை என்றால், முதல் நாள் *சற்று முன்னரே புறப்படுங்கள்*. மையத்தை இடம் பார்த்து தெரிந்துகொள்ள உதவும். நீங்கள் பஸ் (அ) ரயிலில் சென்றால் கட்டாயம், முன்பாகவே புறப்படவேண்டும். அவை குறிப்பிட்ட நேரத்திற்குச் சரியாகப் போகா. உங்கள் இரு சக்கர வாகனத்தைப் பயன்படுத்தினாலும் இடையில் எதிர்பாராத போக்குவரத்து நெரிசல் ஏற்படலாம். இதையெல்லாம் யோசித்து முன்னதாகப் புறப்படுக.

தேர்வு அறைக்குள் *குறைந்தது 15 நிமிடம் முன்பாகச் சென்று* உங்கள் சரியான எண் பார்த்து இருப்பிடத்தைக்கண்டு, அமருங்கள்.

தைரியமாய் இருங்கள். உங்களால் முடிந்த அளவு நீங்கள் உழைத்து வீட்டீர்கள். இனி நீங்கள் நன்றாக விடையளிப்பதைப் பொறுத்துள்ளது.

மையத்தில் நீங்கள் சிறிதும் கலக்கம் இன்றி அமைதியாக இருக்கவேண்டும். இதுபோன்ற மனநிலைதான், உங்கள் மூளையைச் சுறுசுறுப்பாக இருக்கச்செய்து நீங்கள் படித்தவற்றை நினைவுக்குக் கொண்டுவர உதவும்.

எதிர்மறை மனஎழுச்சிகளாகிய - கவலை, பயம், கோபம் இருந்தால் அது உங்கள் ஞாபக சக்தியையும், திறமையையும் குறைத்து விடும். அப்படி ஒரு சூழ்நிலை உருவானால், பின்வரும் பிரார்த்தனையை மனதில் சொல்லிக் கொள்ளுங்கள்.

நான் ஆண்டவரை நம்புகிறேன், பயமேதுமில்லை. 'நான் தனியாக இல்லை, ஆண்டவர் என்னுடன் இருக்கின்றார். அவர் என்னையும் நான் நேசிக்கும் அனைவரையும் ஆசீர்வதிக்கின்றார். கடவுள் எப்போதும் என் பக்கம் உள்ளார். இன்று ஒரு புதிய நாள். அதை மகிழ்ச்சியாகக் கழிப்பேன். நேற்று வரை இருந்த ஏமாற்றங்களெல்லாம் ஒழிந்தன. என்மீதும், ஆண்டவர்மீதும் நம்பிக்கை வைத்து நல்ல காரியங்களைச் செய்வதற்குக் கடவுள் எனக்குப் புதிய வாய்ப்பை அருளியுள்ளார்.'

எனக்கு பெரும் குழப்பங்கள், சிக்கல்கள வந்தபோதெல்லாம் இந்தப் பிரார்த்தனை உதவி இருக்கின்றது. கவலைகளைக் குறைத்து, வலிமையைத் தந்துள்ளது.

என் உதவியுடன், என் பல நண்பர்கள் தாங்க முடியாத துயரத்திலிருந்து இதன் மூலம் விடுபட்டுள்ளனர். உண்மை, முற்றிலும் உண்மை. எனவே நீங்களும் இதை நன்கு பயன்படுத்திக் கொள்ளுங்கள்.

நீங்கள் உடல் நலம் குன்றி, மிகவும் தளர்ச்சியுடனிருந்தால் மருத்துவரை உடனே பாருங்கள் ! உயிர்ச்சத்து மாத்திரைகள் (Vitamins and Minerals) உட்கொள்ளலாம்.

தற்காலத்தில், சாப்பிட எளிதாகவும், பக்கவிளைவு அதிகமில்லாததுமான ஹோமியோபதி மருந்துகளைப் பலர் எடுத்துக் கொள்கின்றனர். நரம்பு, மூளை நன்றாக இயங்க உங்களுக்கு பாஸ்பேட்டுகள் (Phosphates) தேவை. சாதாரணமாக அவர்கள் *காலிஃபோஸ்* (Kaliphos) 6x அல்லது 12x வழங்குவார்கள். இது ஹோமியோ கடைகளில் கிடைக்கும். மேலும் நரம்பு, மூளையை வலிமையுறச் செய்ய தேர்வுக்கு பல வாரங்கள் முன்னரே சில மருந்துகளின் கூட்டு மருந்து, ஹோமியோ கடைகளில் கிடைக்கும் அதைச்

சாப்பிட்டு வரலாம். நல்ல ஆயுர்வேத மருந்துக் கடைகளில் சிறந்த ஆயுர்வேத மருந்துகளும் கிடைக்கும். தேவைப்பட்டால் ஒரு மருத்துவரைப் பாருங்கள்.

8.9. கேள்விகளுக்கு விடையளித்தல்

இதுதான் மிக முக்கியமான செயல். பின்வரும் வழிமுறைகளைப் பின்பற்றாவிட்டால் உங்கள் எல்லா முயற்சிகளும் வீணாகிப் போகும்.

1. *பதிவு எண்ணை,* நுழைவுச் சீட்டைப் பார்த்து, சரியாகக் குறிக்கவும். விடைத்தாளில் பிற விவரங்களையும் நிரப்பவும்.

2. *வினாத்தாளை முழுமையாக நன்றாகப் படிக்கவும்.* முதலில் பின்பற்ற வேண்டிய குறிப்புகளைப் படியுங்கள். வினாவைத் தேர்ந்தெடுக்கும் முறை, பக்கவரம்பு முதலியவற்றை எச்சரிக்கையாகப் பின்பற்றுங்கள்.

3. *சில விவரங்களை வழிமுறைப் பகுதியில் குறித்தல்:* சில சூத்திரங்கள் மறந்துவிடும் எனக் கருதினால், அதுபற்றி கேள்வி கேட்டிருந்தால், உடனே அதை வழிமுறைப் பகுதியில் குறித்துக்கொள்க. இதே போன்று ஓரிரு செய்யுள் வரிகள் மறந்து போய் விடும் என எண்ணினால் அதையும் குறித்துக் கொள்ளலாம். குறிப்பிட்ட வரிசைப்படி இக்கேள்விகளுக்கு விடை எழுதும்போது அவற்றைப் பயன்படுத்திக்கொள்ளலாம்.

4. *ஓரக்கோட்டிற்கு முன் சரியான வினா எண், அதன் உட்பிரிவைக் குறிக்க மறக்காதீர்கள்.* மன இறுக்கத்தில், வினா எண்ணை விட்டுவிட்டால் அந்த விடையைத் திருத்தாமல் அடித்து விடுவர். திருத்துபவருக்கு எந்தக் கேள்வி என்று யோசிக்க நேரம் கிடைக்காது. இவ்வாறு இரண்டு 10 மதிப்பெண் கேள்விகளை வினா எண் போடாமல் விட்டுவிட்டால், நேரம் செலவழித்து கணக்குப்போட்டும் 20 மதிப்பெண்களை இழக்க நேரிடும்.

5. *வினா எண் வரிசைப்படி இல்லாமல், முதலில் நன்கு தெரிந்த விடையை வினா எண் போட்டு எழுதுங்கள்.* அடுத்த விடை, அடுத்து நன்கு தெரிந்த விடை; இப்படியே, ஒவ்வொன்றாக எழுதவேண்டும். முதல் கருத்தே முற்றிலும் நிற்கும். முதல் கோணல் முற்றிலும் கோணல். கட்டுரை வினாவில் உங்கள் முதல் விடை திருப்திகரமாக இல்லாமல் 10க்கு 4 மதிப்பெண்கள்தான் கொடுத்தார் என்றால், பிற விடைகளுக்கு 8 (அ) 9 மதிப்பெண்கள் கொடுக்கலாம் என்றாலும், அவர் 5 (அ) 6 மதிப்பெண்களுக்கு மேல் போட மாட்டார். உளவியல்படி ஏற்பட்ட முதல் கருத்தில் மூளை நிலைத்து விட்டிருக்கும்.

6. **முதலில் பல்விடைகளில் தெரிந்தெடுத்தல் (ப.தெ.வகை):** *முதல் பக்கத்தில் ப.தெ. வகை விளைவிற்காக இடம் விட்டு எழுதுங்கள்.* ஓரக் கோட்டிற்கு முன் வினா எண் எழுதி, அதன் பக்கத்தில், கோட்டிற்குப்பின் விடையின் குறி எழுத்தையோ, எண்ணையோ எழுதுங்கள். ஏதாவது சில கேள்விகளுக்கு விடை தெரியவில்லை என்றால், வினா எண் மட்டும் குறித்து, காலியாக விடுங்கள். பின் திருப்புதல் (Revision) செய்யும்போது விடை தெரிந்தால் எழுதவும்.

எப்படி விடை எழுதுவது ? 6ஆம் கேள்விக்கு a, b, c, d என்ற நான்கில் 'c' தான் விடை என்றால், 6/ c என்று எழுதினால் போதும். cக்குக் கொடுத்துள்ள விடை, πr^2 என்றால், சிலர் 6/πr^2 என்று குறிப்பர். இது தவறு, வேண்டுமானால், 6/c, πr^2 என்று எழுதலாம். ஆனால், உங்கள் நேரம் சற்று அதிகமாகும். இதையெல்லாம் திருத்துபவர் படித்துக்கொண்டிருக்கமாட்டார். எல்லா வினாக்களுக்கும் வரிசையாக விடை வைத்திருப்பார். அதைப்பார்த்து ' டிக்' செய்வார். சிலசமயம் கணினி மூலமும் திருத்துவது உண்டு. நீண்ட விடைகளை எடுத்து எழுதுவதற்கு ஆகும் நேரத்தை ஒரு '2' மதிப்பெண் உள்ள வினாவிற்கு விடை எழுதப் பயன்படுத்தலாம்.

7. *விடை எழுதுமுன் வினாவை நன்கு அலசி ஆராயவும்.* வினாவை முதலில் படியுங்கள். கொடுத்துள்ளது என்ன ? கேட்பது என்ன என்பதைத் தீர்மானியுங்கள். தேவைப்படின் இரண்டாம் முறையும் படிக்கலாம்.

சில கேள்விகளுக்கு இரண்டு விடை கேட்கப்படலாம். முதலில் 'என்ன பரப்பளவு' என்றும், 'அந்த அளவிற்குத் துணி வாங்க என்ன செலவாகும்' என்றும் கேட்கலாம். அப்போது இரண்டு விடைகளையும் *அலகுடன் எழுதி, அடிக்கோடிட்டு* 'விடை' என்று எழுதுங்கள். முதல் நிலைக்கு 5 மதிப்பெண், 2ஆம் நிலைக்கும் 5 என்று கொண்டால், ஏதோ ஒரு சிறு தவறு இரண்டாம் விடையில் செய்தால் கூட முழுவதுமாக 5 மதிப்பெண் போய்விடும். **உதாரணம்:** ரூ. 578 என்பதை ரூ. 587 என்று எழுதினால் தவறு.

8. **விடைகளைப் பிரித்துக் காட்டுதல்:** ஒவ்வொரு விடைக்கும் இறுதியில் ஒரு கோடு போட்டு, விடை முடிந்து விட்டது என்பதைக் காட்டலாம். ஒரு சில வினாவின் விடை முழுமை பெறவில்லை எனில், எத்தனை வரிகள் தோராயமாக எழுத வேண்டி இருக்கும் என்று கணக்கிட்டு அந்த அளவு

இடம் விட்டுக் கோடு வரையலாம். அதற்குப்பின் அடுத்த விடை எழுதலாம். இடம்விட்டு எழுதிய விடையைத் திருப்புதல் செய்யும்போது, நினைவுக்கு வரும்போது நிரப்பிக்கொள்ளலாம்.

9. **ஒவ்வொரு கட்டுரை விடையையும் தனிப்பக்கத்தில் தொடங்குதல்:** இது அறிவியல், கணக்கு போன்ற பாடங்களில் காலம் வீணாவதைத் தவிர்க்க உதவும். **உதாரணம்:** ஒரு பெரிய கணக்கு, பாதி முதல் பக்கத்திலும், அடுத்த பாதி பின்பக்கத்திலும் எழுதினால், ஒவ்வொரு முறையும் சில விவரங்களுக்காக எடுத்து எழுத, முதல் பக்கத்தைப் புரட்டிப் பார்த்து எழுதவேண்டும். இவ்வாறே அறிவியல் பாடத்தில் விளக்கப்படம் முதல் பக்கக் கீழ்ப்பகுதியில் இருந்தால், அதன் விளக்கத்தை, அடுத்தபக்க ஆரம்பத்தில் எழுதும்போது, ஒவ்வொரு முறையும் புரட்டிப் பார்க்கவேண்டும். காலம் வீணாகிப்போகும்! பாதிக்கும் குறைவாக ஒருபக்கமுடிவில் இடம் இருந்தால் அந்த இடத்தில் ஒரு குறுக்குக்கோடு போட்டுவிட்டு, அடுத்த பக்கத்தில் புதிதாக ஆரம்பிக்கலாம். கட்டுரை வினாவில் விடையை முன்கூட்டியே தீர்மானித்து, அடுத்த விடை புதிய பக்கத்தில் தொடங்குமாறு முடிப்பது நன்று.

சில கழகங்கள்(Boards), ஒவ்வொரு கட்டுரை வினாவும், புதிய பக்கத்தில் தான் தொடங்கவேண்டும் என்று விதித்திருப்பார்கள். அப்போது வேறு வழி இல்லை. புதிய பக்கத்தில் தான் தொடங்கவேண்டும்.

10. **கட்டுரை வினா எழுதத் திட்டமிடல்:** அறிவியல் அல்லாத பாடங்களில் கட்டுரை வினாக்களுக்கு நன்கு திட்டமிட்டு விடை எழுதவேண்டும். முன்னுரை, இடையில் சிறு தலைப்பு, பத்திகள் அமைப்பு, முடிவுரை எல்லாம் இருத்தல் நல்லது. மொழியல்லாத பாடத்தில் முன்னுரை, முடிவுரை என்று குறிப்பிடப்படாவிட்டாலும், அந்த வகையில் பத்திகள் அமைத்தல் நல்லது. முக்கியக் கருத்துகளை அடிக்கோடிட்டுக் காட்டலாம். மொத்தத்தில் நீங்கள் கட்டுரை வினாவைப் படைத்திருக்கும் பாங்கு, திருத்துபவரின் வேலையை எளிதாக்கி, நல்ல கருத்தை உருவாக்க வேண்டும். அப்போதுதான் அதிக மதிப்பெண்கள் கிடைக்கும்.

11. **தெளிவான, அழகான கையெழுத்து:** உங்கள் கையெழுத் தெளிவாக இருக்க வேண்டும். படிக்கச் சிரமப்படுகின்ற மாதிரி கிறுக்கலாக இருந்தால், நிறைய மதிப்பெண் கொடுக்குமாறு நல்ல

கருத்துகள் இருந்தாலும், எரிச்சலில் குறைந்த மதிப்பெண்தான் கொடுப்பர். இதற்கு அடுத்த படி (step), அழகாக எழுதுவது. சிலசமயம், மேலழகைப் பார்த்து நல்ல கருத்துகள் இல்லை என்றாலும் சிலர் நல்ல மதிப்பெண் போட்டு விடுவார்கள். உங்கள் கையெழுத்து மிகவும் மோசமாக இருந்தால் விடுமுறை நாள்களில் ஒரு மாதம் அல்லது அதற்குமேல் 5 வரி, 4 வரி நோட்டுகளில் எழுதிப் பழகலாம்.

நிறுத்தக் குறியீடுகள் சரிவரப் பயன்படுத்தாவிட்டால் வாக்கியத்தின் பொருள் மாறிவிடும். செய்யுளில் *மனப்பாடப் பகுதி எழுதும்போது நிறுத்தக் குறிகள் கட்டாயம் போடவேண்டும்.* இல்லையேல், மதிப்பெண் குறைக்கப்படும். 'அலுவலர்கள் உண்ணும் இடம்' என்பதை, 'அலுவலர் கள் உண்ணும் இடம்' என்று பிரித்தால் பொருள் மாறிவிடும். ஆங்கிலத்தில் வாக்கிய அமைப்புமுறையால், நிறுத்தக் குறிகள் மாறினால் பொருள் மாறிவிடும் வாய்ப்பு அதிகம்.

12. **எழுத்துகளின் வடிவங்கள் தெளிவாக இருத்தல்:** ஆங்கில எழுத்துகளில் 't' என்பதில் குறுக்குக்கோடு இல்லை எனில்,'l' என்று தெரியலாம். 'i' என்ற எழுத்தில் புள்ளி விடுபடலாம்.

13. **சரியான வண்ண'மை' பயன்படுத்தல்:** சிவப்பு, பச்சை மைகளைப் பயன்படுத்தாதீர்கள். முதலில் திருத்துபவர் சிவப்பு மையிலும் அடுத்து திருத்துபவர், பச்சை மையிலும் திருத்துவர். இதனால் மதிப்பெண் இருப்பதே தெரியாமல் கூட்டும்போது விடுபடலாம். பல தேர்வுகளில் இவ்வண்ணங்கள் தடை செய்யப்பட்டுள்ளன.

பள்ளியில் எழுதும்போது, சிலர் சிவப்பு போன்ற மை பயன்படுத்துவர். தேர்வில் நீலம், கருநீலம், கருப்பு தவிர வேறு வண்ணம் பயன் படுத்தவேண்டாம். நீலம் கூட பளிச்சென்று தெரியவேண்டும். சில நீலம் கண்ணுக்கே தெரியாத அளவு தண்ணியாக இருக்கும். அதைப் பயன்படுத்தாதீர்கள்.

14. **திரும்பப் பார்க்க நேரம் அவசியம்:** இது மிக அவசியம். எப்படியாவது, 15 நிமிடமாவது இதற்குப் பயன்படுத்துங்கள். இதை வலியுறுத்த ஒரு உண்மை நிகழ்ச்சியைக் கூறுகின்றேன். ஒரு பெண் 10 கணக்குகளையும் போட்டு விட்டாள். 10x10=100 மதிப்பெண்கள் எதிர்பார்த்தாள். ஆனால், திரும்பப் பார்க்க நேரம் இல்லாமல் விட்டுவிட்டாள். சிறு சிறு தவறுகள் செய்திருந்தாள். 'வழி'யில் போடும்போது 3x3=6 என்று எழுதி இருந்தாள். வாய்பாட்டில்

கோளாறு. மும்மூன்று ஒன்பது என்பதற்குப் பதில் ஆறு என்று கூட்டல் வாய்பாடாகக் கருதுவது ஒரு தவறு. இன்னொரு கணக்கில், விடை 23/11 என்ற பின்னம் எடுத்து எழுதும்போது பகுதியை விட்டு விட்டாள் 23 மட்டும் எழுதினாள். மற்றொரு கணக்கில், 236 என்பதற்குப் பதில் 326 என்று எழுதி, கணக்கு முழுவதுமே தப்பாயிற்று. பல இடங்களில், மீட்டர், கிலோகிராம், சதுர செ.மீ. போன்றவை விட்டுவிட்டாள். மொத்தத்தில் பத்து கணக்குப் போட்டு, 100 மதிப்பெண்களுக்குப் பதில் 70 மதிப்பெண்கள் தான் கிடைத்தது. அப்பெண், 10 நிமிடம் ஒதுக்கி திரும்பப் பார்த்திருந்தால் ஒரு கணக்கு விட்டு விட்டாலும் பிழைகளைத் திருத்தி இருந்தால் 90 மதிப்பெண்களாவது கிடைத்திருக்கும். இப்போது திரும்பிப் பார்ப்பதின் முக்கியம் என்ன என்று புரிந்துகொண்டிருப்பீர்கள் !

15. **எல்லா வினாக்களுக்கும் பதில் எழுதுதல்:** குறு வினா மற்றும் கட்டுரை வினாக்களில் ஒன்று, இரண்டு விடை தெளிவாகத் தெரியாவிட்டாலும் தெரிந்த வரையில் சமாளித்து எழுதுங்கள். கிடைத்த வரையில் மதிப்பெண் கிடைக்கும். கட்டுரை வினாவில், சமூகப் பாடங்களில் 7(அ) 8 என்று தான் மதிப்பெண் போடுவார்கள், அது 4 (அ) 5 என்று கிடைத்தால் அதிகம் குறைந்து விடாது. ஆனால் நேரம் இல்லை என்றோ, தெரியாது என்றோ விட்டுவிட்டால் 5 மதிப்பெண்கள் போய்விடும்.

    இவ்வாறே, பல்விடையில் தெரிந்தெடுத்தல் வகையில் *எந்த வினாவையும் விடாதீர்கள்.* விடை சரியாகத் தெரியாவிட்டாலும் யூகம் செய்து விடையைக் குறியுங்கள். ஒரு வேளை அது சரியாக இருக்கலாம். *தவறான விடைக்கு, மதிப்பெண் குறைக்கப்படும் என்று சொன்னால் மட்டும் எச்சரிக்கையாக இருங்கள்.* அங்கும் சில சமயம் யூகமும் மதிப்பெண் பெற்றுத் தரலாம். ஆனால் மதிப்பெண் கழித்தால், யூக விடைகளின் எண்ணிக்கையைக் குறைத்துக் கொள்ள வேண்டும்.

16. **அச்சுப் பிழை உள்ள வினாக்கள்:** கல்வித்துறையினரின் எல்லா முயற்சிக்குப் பின்னரும், ஓரிரு அச்சுப் பிழைகள் வினாத்தாளில் வருவது, உண்டு. மொழிப் பாடங்களில் அல்லது மொழியில் தவறுகள் இருப்பின் சில சமயம் குழப்பத்தைத் தந்தாலும், விடையையே மாற்றுமளவுக்குப் பெரும்பாலும் இருக்காது, ஆனால் எண்களில், சிறு பிழை இருந்தாலும் கணக்கே மாறிவிடும். விடையும் மாறும். முறையும் மாறும். சில சமயம் ஏதாவது முக்கிய விவரம் கொடுக்கப்படாமல் ஒரு வரி, அல்லது சில சொற்களும் விடுபடலாம். இந்தத் தகவல் இன்றி அந்தக் கணக்கைப்

போட முடியாது. ஆனால் உங்களுக்கு, இந்தக் கணக்கு இப்படித்தான் இருக்கும் என்று நன்றாகத் தெரிந்திருக்கும். இந்தச் சூழ்நிலையில் உங்களுக்கு இரண்டு மாற்று வழிகள் உண்டு.

அ) அந்தக் கேள்வியில் இரண்டு மாற்றுக் கேள்விகள் (internal choices) கொடுத்து இதுவாவது அல்லது அதுவாவது என்று இருக்குமானால், உங்களுக்குப் பிழையில்லாத கேள்வி *மிக நன்றாகத் தெரிந்தால்,* அதைச் செய்யவும்.

ஆ) இரண்டாவது மாற்றுக் கேள்வி மிக நன்றாகத் தெரியாது என்றால், சந்தேகமாக உள்ளது என்றால் அச்சுப்பிழை உள்ள வினாவிற்கே விடை எழுதலாம்.

அச்சுப்பிழையினால் அதைப் போடலாமா என்று நீங்கள் தயங்கவேண்டாம். வினாத்தாளில் உள்ளபடியே கணக்கை செய்யுங்கள். விடை சரியாக வராவிட்டாலும், பின்னால் திருத்துகின்றபோது, கழகம் யார் யார் தவறான் கேள்விகளை முயற்சி *செய்தார்களோ* (Just attempt) *அவர்களுக்கு முழு மதிப்பெண் கொடுக்கலாம் என்று தீர்மானிப்பார்கள். என்றாலும், மாற்றுக் கேள்விக்கு விடை மிக நன்றாகத் தெரியும், பிழையின்றிப் போடலாம், முழு மதிப்பெண் பெறலாம் என்ற நம்பிக்கை இருந்தால்* பிழையான வினாவை எழுதி, ஆபத்தை (Risk) எதிர்கொள்ள வேண்டாம்.

8.10. சுருக்கமும், முடிவுரையும்

இப்பகுதியில் உங்கள் திறமைகளைப் பயன்படுத்தி, அதிக மதிப்பெண்கள் எடுப்பதற்கு கல்வி வழிகாட்டுதல் அளிக்கப்பட்டுள்ளது.

கீழ் வகுப்புத் தலைப்புகளில் குழப்பம் இருந்தால், முதலில் அதை நன்கு கற்றுக்கொள்ளுங்கள். விடுமுறை நாள்களில் அவற்றில் பயிற்சி செய்யுங்கள். இல்லை எனில், அந்தத் தலைப்புடன் தொடர்பு உடைய பாடங்கள்மேல்வகுப்பில் புரியாது.

உங்களை மற்றவர்களோடு ஒப்பிட்டுப் பார்க்க வேண்டாம். கவலையில் பெற்றோர் ஒப்பிட்டுப் பேசினாலும், கோபப்படாதீர்கள். ஏனென்றால், *ஒவ்வொரு மனிதரும் இறைவனின் தனிப் படைப்பு.* ஒவ்வொருவருக்கும் ஒவ்வொன்றில் திறமை இருக்கும் என்றாலும் நீங்கள் உங்கள் மதிப்பெண் குறிஅளவைப் படிப்படியாக உயர்த்தி அவற்றை அடைய உழைத்துச் சாதனை படையுங்கள்.

கடந்த காலத்தில் பாடம் சரியாகப் படிக்காமல் போனதைப் பற்றி இப்போது கவலைப்படாதீர்கள். *இப்பொழுதிருந்தாவது, இந்த நொடியிலிருந்தாவது, முழுமனதுடன் முனைந்து படித்து, சாதிக்க முயற்சி செய்யுங்கள்.*

தேர்வில் நன்றாக மதிப்பெண் எடுப்பதற்கு இப்பொழுதிலிருந்தே, படிக்கும் திட்டமும், பயிற்சியும் மேற்கொள்க. (5W + 2H பற்றி விவாதித்தோம்) மொழித்திறன், நினைவாற்றல், எழுதுகின்ற முறை எல்லாம் விளக்கப்பட்டன. அவற்றைப் பயிலுங்கள். இடது மூளையை நினைவைப் பெருக்கவும், வலது மூளையை மனக்கண்பார்வைக்கும் (Visualization) பயன்படுத்தி, நல்ல பயன் பெறுங்கள்.

சென்ற ஆண்டுகளின் வினாத்தாள்களை அலசி ஆராய்ந்து படிக்கும் முறையைப் பின்பற்றி, நிறைய மாதிரி வினாத்தாள்களை முனைப்புடன் எழுதி அதிகப் பயிற்சி பெறுக. பயிற்சியே நல்ல முழுமையை, நிறைவை அளிக்கும்.

உங்கள் குறைகள் என்ன என்று ஆராய்ந்து பெரும் பாடவாரியாக, குறைநீக்கும் வழிகளில் கூறியவற்றைக் கடைப்பிடித்து, குறைகளைப் போக்கி, நிறைய மதிப்பெண் எடுங்கள்.

தேர்வுக்குப் போகும்போது கவனிக்க வேண்டிய முன் எச்சரிக்கைகளைக் கவனித்து தேர்வில் எப்படிப் பதில் எழுத வேண்டுமென்று இப்பகுதியில் விளக்கப்பட்டுள்ளதோ அப்படி எல்லாக் கேள்விகளுக்கும் பதில் எழுதுங்கள்

இவ் வழிமுறைகளைப் பின்பற்றி நல்ல மதிப்பெண்களைப் பெற வேண்டும்.

யாவும் நன்கு அமையட்டும்! வெற்றி உங்களுடையதே!